എൽ. വി. രാമസ്വാമിഅയ്യരും
മലയാളഭാഷാപഠനവും

INSIGHT PUBLICA

Nadakkavu, Kozhikode, Kerala, 673011
www.insightpublica.com
e-mail: insightpublica@gmail.com
L V Ramaswami Ayyarum
Malayalabhasha Padanavum
Author: **Dr. Siji N**
(Malayalam)
First Edition: MArch 2024

Printed and Published by
InsightinPublica Printers & Publishers Pvt. Ltd.
ISBN 978-93-5517-627-1

എൽ. വി. രാമസ്വാമിഅയ്യരും മലയാളഭാഷാപഠനവും

ഡോ. സിജി എൻ.

INSIGHT PUBLICA®

മലപ്പുറം ജില്ലയിൽ വണ്ടൂരിൽ 1988-ൽ ജനനം. അച്ഛൻ: നൃണംപാറ ഭാസ്കരൻ; അമ്മ: രാജി.

ജി. എൽ. പി. സ്കൂൾ ചടങ്ങാംകുളം, ജി. ജി. വി. എച്ച്. എസ്. എസ്. വണ്ടൂർ, മാർത്തോമ ഹയർ സെക്കന്ററി സ്കൂൾ ചുങ്കത്തറ, തുഞ്ചൻ മെമ്മോറിയൽ ഗവ. കോളേജ് തിരൂർ, കാലിക്കറ്റ് യൂണിവേഴ്സിറ്റി ക്യാമ്പസ് (എം. എ. മലയാളത്തിന് കാലിക്കറ്റ് യൂണിവേഴ്സിറ്റിയിലെ ഫസ്റ്റ് പൊസിഷൻ), കോഴിക്കോട് ഗവ. കോളേജ് ഓഫ് ടീച്ചർ എഡ്യുക്കേഷൻ എന്നിവിടങ്ങളിൽ വിദ്യാഭ്യാസം. 2013-ൽ കാലിക്കറ്റ് സർവ്വകലാശാലയുടെ മലയാള-കേരള പഠനവിഭാഗത്തിൽനിന്ന് എം. ഫിൽ. ബിരുദം. എൽ. വി. ആറിന്റെ മലയാളഭാഷാചരിത്രവീക്ഷണം എന്ന ഗവേഷണപ്രബന്ധത്തിന് 2019-ൽ കാലിക്കറ്റ് സർവ്വകലാശാലയിൽ നിന്ന് പിഎച്ച്.ഡി. ഇപ്പോൾ വണ്ടൂർ ഗവ. വി. എം. സി. ഹയർ സെക്കന്ററി സ്കൂളിൽ അധ്യാപിക.

പങ്കാളി: കടവത്ത് അരുൺകുമാർ

മകൾ: ചമേലി കടവത്ത്

ഡോ. സിജി എൻ.

നന്ദി.. സ്നേഹം.. കടപ്പാട് ...

ഗവേഷണത്തിൽ ഉപാധികളില്ലാതെ ഒപ്പം നിന്ന ഡോ. സോമ നാഥൻ പി. യ്ക്ക്, ഡോ. ടി. ബി. വേണുഗോപാലപ്പണിക്കർക്ക്..

ഡോ. സി. ജെ. ജോർജ്ജിന്, ഡോ. എൽ. തോമസ് കുട്ടിക്ക്, പ്രൊഫ. സ്കറിയ സക്കറിയക്ക്, ഡോ. സൗമ്യ ബേബിക്ക്, ഡോ. പി. ശ്രീകുമാറിന്, ഡോ. പി. എം. ഗിരീഷിന്, ഡോ. എ. നജ്മുമിന്, ഡോ. ഉമർ തറമേലിന്, ഡോ. ആർ. വി. എം. ദിവാകരന്.. പ്രിയപ്പെട്ട അധ്യാപകരുടെ പേരുകൾ തീരുന്നില്ല..

അച്ഛന്, അമ്മമാർക്ക്, സഹോദരങ്ങൾക്ക്, ക്ലാസ്മുറികളിൽ വന്നു പോയ.. ഇനിയും വരാനിരിക്കുന്ന.. അനേകമനേകം വിദ്യാർത്ഥികൾ ക്ക്, അതിരുകളില്ലാത്ത സ്വാതന്ത്ര്യത്തിലേക്ക് നിർലോഭം വിട്ടയക്കുന്ന നല്ലപാതിക്ക്, ജീവിതോദ്യാനത്തിലെ ചമേലിപ്പൂവിന്, ഭൗതികജീവി തനിറവുകൾ ആവോളം കരുതിവെച്ച് മുമ്പേ നടന്നകന്ന കടവത്ത് നാരായണൻ (ലേറ്റ് റിട്ട. ഡെപ്യൂട്ടി കലക്ടർ) എന്ന വലിയ മനുഷ്യന്...

ഗവേഷണകാലയളവിൽ ഉപയോഗപ്പെടുത്തിയ കേരളത്തിലുടനീ ളമുള്ള ലൈബ്രറികൾക്ക്...

കാലിക്കറ്റ് യൂണിവേഴ്സിറ്റി ക്യാമ്പസിലെ മുഴുവൻ സൗഹൃദങ്ങൾ ക്ക്..

വണ്ടൂർ ഗവ. വി. എം. സി. ഹയർ സെക്കന്ററി സ്കൂളിലെ സഹപ്രവർ ത്തകർക്ക്...

വി. എം. സി. യുടെ എൻ. എസ്. എസ്. യൂണിറ്റിന്റെ ചൈതന്യമായ എന്റെ അൻപത് കുഞ്ഞുങ്ങൾക്ക്...

പെയ്തൊഴിയാത്ത കാർമേഘനിനവുകളെ മിഴിയിൽ തനിച്ചാക്കിയ മേഘരൂപന്...

ചരിത്രത്തിൽനിന്ന് വീണ്ടെടുക്കേണ്ട ഭാഷാചരിത്രരചനയിലെ നാഴികക്കല്ല്

മലയാളഭാഷയെക്കുറിച്ചുള്ള ഗൗരവമായ ആലോചനകൾ തുടങ്ങിയത് ഏതു കാലഘട്ടത്തിലാണെന്ന് വ്യക്തമല്ല. പതിനാലാം നൂറ്റാണ്ടിലേതെന്നു കരുതുന്ന ലീലാതിലകത്തിൽ കേരളഭാഷയെക്കുറിച്ചുള്ള പര്യാലോചനകളുണ്ട്. അതിനുമുമ്പ് അത്തരം ഒരാലോചന നടന്നതിന്റെ രേഖകളൊന്നും കണ്ടുകിട്ടിയിട്ടില്ല. ലീലാതിലകമാകട്ടെ സമ്പൂർണ്ണമായ ഒരു മലയാളവ്യാകരണഗ്രന്ഥമല്ല, മറിച്ച് മണിപ്രവാളസാഹിത്യത്തിന്റെ ലക്ഷണഗ്രന്ഥമാണ്. കേരളഭാഷയെക്കുറിച്ചുള്ള അതിലെ ഗൗരവപ്പെട്ട ചർച്ചകൾ അതിനാൽ, ആനുഷംഗികപഠനമായേ കണക്കാക്കാനാകൂ. അതേസമയം ചരിത്രപരമായി ലീലാതിലകചർച്ചകൾ വളരെ പ്രധാനപ്പെട്ടതാണെന്നതിൽ തർക്കമില്ല.

കേരളഭാഷ, സംസ്കൃതം എന്നീ രണ്ടു ഭാഷകൾ തമ്മിലുള്ള ചേർച്ചയാണ് മണിപ്രവാളം. മലയാളഭാഷയും വിഭക്ത്യന്തസംസ്കൃതവും എളുപ്പം വേർതിരിച്ചറിയാൻ പറ്റാത്ത വിധത്തിൽ ചേർന്നിണങ്ങിനില്ക്കുന്ന കാവ്യസമ്പ്രദായം എന്ന നിർവ്വചനമാണ് ലീലാതിലകകാരൻ നല്കിയത്. ഈ നിർവ്വചനമാണ് അതിലെ നല്ലപാതിയായ മലയാളഭാഷയുടെ വ്യാകരണകാര്യങ്ങൾ പ്രതിപാദിക്കാൻ ലീലാതിലകകാരനെ ബാദ്ധ്യതപ്പെടുത്തിയത്. അതദ്ദേഹം സ്തുത്യർഹമായ രീതിയിൽ നിർവഹിച്ചു. സംസ്കൃതത്തിൽനിന്ന് വ്യത്യസ്തമായ വാക്യഘടനയും പ്രത്യയപ്രയോഗവുമെല്ലാമുള്ള ഭാഷയാണ് കേരളഭാഷ എന്നാണ് അതിലെ നിലപാട്. അതോടൊപ്പം ഘടനാപരമായ സാമ്യമുള്ള തമിഴിൽനിന്നും

ആന്ധ്ര-കർണ്ണാടകഭാഷകളിൽനിന്നും വേറിട്ട അസ്തിത്വവും മലയാംതമിഴെന്ന കേരളഭാഷയ്ക്കുണ്ട് എന്നദ്ദേഹം വ്യക്തമാക്കി. ചുരുക്കത്തിൽ മലയാളഭാഷയുടെ തനതുവ്യക്തിത്വവും ചരിത്രപരമായ ചാർച്ചയും ഒരുപക്ഷെ, ആദ്യമായി സ്ഥാപിക്കുകയാണ് ലീലാതിലകകാരൻ.

പിന്നെയും മൂന്നുനാലു നൂറ്റാണ്ടുകൾ കഴിഞ്ഞാണ് മലയാളഭാഷയുടെ ഘടനാപരമായ സവിശേഷതകളെക്കുറിച്ചുള്ള തുടരന്വേഷണങ്ങളുണ്ടാകുന്നത്. വിദേശികളായ മിഷണറിമാർ മലയാളം പഠിച്ചെടുക്കുന്നതിന്റെ ഭാഗമായി അന്യഭാഷകളിലും മലയാളത്തിൽത്തന്നെയും ഉണ്ടാക്കിയ മലയാളവ്യാകരണഗ്രന്ഥങ്ങളുടെ ഘട്ടമാണത്. അതിന്റെ കൂട്ടത്തിൽ വേറിട്ടു നില്ക്കുന്ന ഒന്ന് 1856-ൽ പുറത്തുവന്ന ബിഷപ് റോബർട്ട് കാൾഡ്വലിന്റെ താരതമ്യവ്യാകരണപഠനമാണ്. ദ്രാവിഡഭാഷാകുടുംബം എന്ന സങ്കല്പനം മുന്നോട്ടുവെച്ച കൃതിയാണത്. ദ്രാവിഡഭാഷകളുടെ ചാർച്ചകൾ പരിശോധിക്കുന്നതിന്റെ ഭാഗമായി മലയാളഭാഷ തമിഴിന്റെ ഉപശാഖയായി വികസിച്ചുവന്നതാണ് എന്നദ്ദേഹം നിഗമിച്ചു. ലീലാതിലകത്തിൽ തുടക്കമിട്ട ചർച്ചയുടെ കുറേക്കൂടി വ്യക്തമായ തുടർച്ചയായി അതിനെ കണക്കാക്കാം.

പതിനാലാം നൂറ്റാണ്ടെന്ന് ലീലാതിലകത്തിന്റെ കാലം കണക്കാക്കിയാൽ പിന്നെയും അഞ്ച് നൂറ്റാണ്ടിനിപ്പുറം ഭാഷയുടെ ചരിത്രബന്ധങ്ങളെക്കുറിച്ചുള്ള ആലോചന ശക്തവും വ്യക്തവുമായ രൂപം ആർജ്ജിക്കുന്നു. ആ നൂറ്റാണ്ടിന്റെ അവസാനം 1896-ൽ കേരളപാണിനീയം ഒന്നാംപതിപ്പ് പ്രസിദ്ധീകരിച്ചെങ്കിലും ഏ. ആർ. രാജരാജവർമ്മ ആ ചരിത്രബന്ധങ്ങളെ ഗൗരവമായി പരിഗണിക്കുന്നത് ഇരുപതാം നൂറ്റാണ്ടിലാണ്. ലീലാതിലകകാരനും കാൾഡ്വലും മുന്നോട്ടുവെച്ച ആലോചനകളെയും ഉദാഹരണങ്ങളെയും സ്വാംശീകരിച്ചുകൊണ്ട് 1917-ൽ കേരളപാണിനീയത്തിന്റെ പരിഷ്കരിച്ച പതിപ്പ് പ്രസിദ്ധീകരിക്കുമ്പോൾ ആഗമികവ്യാകരണമെന്ന പുതിയ ധാര മലയാളത്തിനു പരിചയപ്പെടുത്തുകയായിരുന്നു ഏ. ആർ.

പാണിനിയുടെ മാർഗ്ഗമായ ആഭ്യൂഹികവ്യാകരണമല്ല വ്യാകരണത്തിലെ ശാസ്ത്രീയമാർഗ്ഗം. മറിച്ച്, പാശ്ചാത്യരീതിയായ ആഗമികരീതിയാണെന്ന തിരിച്ചറിവാണ് കേരളപാണിനീയത്തിന്റെ സമൂലപരിഷ്കരണത്തിൽ കലാശിച്ചത്. വാസ്തവത്തിൽ അക്കാലത്ത് സൊസ്യൂർ മുന്നോട്ടുവെച്ച ഘടനാത്മകഭാഷാശാസ്ത്രം, അതിന്റെ ഏകകാലികരീതി, യൂറോപ്പിൽ പ്രചരിച്ചുകൊണ്ടിരിക്കുകയായിരുന്നു. പക്ഷെ അദ്ദേഹത്തിന്റെ പേരിൽ ശിഷ്യർ 1916-ൽ പുറത്തിറക്കിയ പുസ്തകത്തിന് *എ കോഴ്സ് ഇൻ ജനറൽ ലിംഗ്വിസ്റ്റിക്സ്* എന്ന പേരിൽ ഇംഗ്ലീഷിലേക്ക്

വിവർത്തനം വരുന്നത് പിന്നെയും മൂന്നുനാലു ദശകങ്ങൾ കഴിഞ്ഞുമാത്രമാണ്. അതിനാൽ സമകാലികനായ സൊസ്യൂറിനെ പരിചയപ്പെടാൻ കേരളപാണിനിക്ക് കഴിയാതെപോയി. എങ്കിലും, യൂറോപ്പിൽ സ്വാധീനം നേടിയ ഭാഷാശാസ്ത്രമെന്ന പുതിയ സമീപനരീതിയെക്കുറിച്ച്, ആ ഫ്രഞ്ചുപുസ്തകത്തിലൂടെതന്നെ മനസ്സിലാക്കിയ മലയാളികളുണ്ട്. ഇന്ത്യൻ തിയറീസ് ഓഫ് മീനിങ്ങ് എന്ന പുസ്തകത്തിൽ കുഞ്ചുണ്ണിരാജ അതിൽനിന്ന് ഉദ്ധരിച്ചിട്ടുണ്ട്. മറ്റൊരാൾ ബഹുഭാഷാപണ്ഡിതനായ ഒരു ഇംഗ്ലീഷദ്ധ്യാപകനാണ്. എൽ. വി. ആർ. എന്ന ചുരുക്കപ്പേരിൽ പ്രസിദ്ധനായ എൽ. വി. രാമസ്വാമി അയ്യർ.

1931-ൽ യൂറോപ്പിലെ ഭാഷാപഠനങ്ങളെക്കുറിച്ച് എഴുതിയ എൽ. വി. ആർ. ആധുനികഭാഷാശാസ്ത്രത്തിന്റെ വസ്തുനിഷ്ഠതയിലൂന്നിയ രീതിപദ്ധതികൾ സ്വീകരിച്ച് മലയാളഭാഷാഗവേഷണങ്ങളിൽ മുഴുകി. മലയാളത്തിലെ സ്വനങ്ങളെക്കുറിച്ചുള്ള പഠനത്തിലൂടെ മലയാളഭാഷാപഠനത്തിൽ അദ്ദേഹം ഇടപെട്ടുതുടങ്ങി. 1936-ൽ മലയാളത്തിലെ പ്രത്യയങ്ങളുടെ പരിണാമചരിത്രത്തെക്കുറിച്ചുള്ള ഗവേഷണപ്രബന്ധം പ്രസിദ്ധീകരിച്ചു. മലയാളത്തിലെ സ്വനപ്രക്രിയകളെക്കുറിച്ചുള്ള പഠനം പിന്നാലെ (1937) പുറത്തിറങ്ങി. അതുവരെ വൈദേശികരായ പണ്ഡിതർ കേരളത്തിൽ വന്ന് മലയാളഭാഷയെ പഠിക്കാനാണ് ശ്രമിച്ചതെങ്കിൽ മലയാളഭാഷാസവിശേഷതകളെ വിദേശികൾക്ക് മനസ്സിലാകാൻ പാകത്തിൽ പരിചയപ്പെടുത്താനുള്ള ശ്രമം ഏറ്റെടുക്കുകയായിരുന്നു എൽ. വി. ആർ. എന്ന മലയാളി. മലയാളസ്വനങ്ങളെ എഴുതാനുള്ള അന്താരാഷ്ട്രസ്വനലിപി അദ്ദേഹം രൂപകല്പനചെയ്തു. ഇംഗ്ലീഷിലാണ് മേല്പറഞ്ഞ പുസ്തകങ്ങൾ രചിച്ചത്. മലയാളത്തെ ദേശീയതലത്തിലും അന്താരാഷ്ട്രതലത്തിലും അദ്ദേഹം അടയാളപ്പെടുത്തി. എന്നാൽ അതേ കാരണത്താലാകാം എൽ. വി. ആർ. മലയാളികളായ ഭാഷാപഠിതാക്കൾക്ക് ഏറെക്കുറെ അപരിചിതനായി തുടർന്നുപോന്നു. ഭാഷാപണ്ഡിതരായ ചിലർ അദ്ദേഹത്തെ ആദരവോടെ സമീപിച്ചെങ്കിലും സാമാന്യരായ പഠിതാക്കൾക്ക് എൽ. വി. ആറിനെ പരിചയപ്പെടുത്താനുള്ള യത്നങ്ങൾ വളരെയൊന്നും ഉണ്ടായില്ല. ഈ അഭാവത്തെ പരിഹരിക്കുകയെന്ന ചരിത്രദൗത്യമാണ് ഡോ. സിജി എൻ. രചിച്ച എൽ. വി. രാമസ്വാമിഅയ്യരും മലയാളഭാഷാപഠനവും എന്ന ഈ പുസ്തകം സധൈര്യം ഏറ്റെടുത്തിരിക്കുന്നത്.

കാലിക്കറ്റ് സർവ്വകലാശാലയിലെ മലയാള-കേരളപഠനവിഭാഗത്തിൽ എം. ഫിൽ. പഠനത്തിനായി എൽ. വി. ആറിന്റെ *ദി ഇവല്യൂഷൻ ഓഫ് മലയാളം മോർഫോളജി* എന്ന ഗ്രന്ഥത്തിന്റെ വിവർത്തനവും

പഠനവും വിഷയമായി സ്വീകരിച്ച സിജി തുടർന്ന് പിഎച്ച്. ഡി. പഠനത്തിനും എൽ. വി. ആറിനെത്തന്നെയാണ് ആധാരമാക്കിയത്. വൈകിയാണെങ്കിലും സിജിയുടെ പഠനങ്ങൾ പുസ്തകരൂപത്തിൽ വെളിച്ചം കാണുന്നത് സന്തോഷകരമാണ്. എൽ. വി. ആറിന്റെ ജീവചരിത്രത്തിന്റെ ഒരു നഖചിത്രവും ഭാഷാപഠനങ്ങളുടെ പരിചയപ്പെടുത്തലുമാണ് ഈ പുസ്തകം. വിദ്യാർത്ഥികളെ സംബന്ധിച്ച് ഇതൊരു മുതൽക്കൂട്ടാകുമെന്നതിൽ സംശയമില്ല.

കൂടുതൽ വിപുലവും ഗഹനവുമായ രചനകൾ പിന്നാലെ ഉണ്ടാകുമെന്ന് പ്രത്യാശിച്ചുകൊണ്ട് ഈ പുസ്തകത്തെ ഭാഷാതല്പരർക്കു മുമ്പാകെ സഹർഷം അവതരിപ്പിക്കുന്നു.

പുസ്തകത്തിന് ആശംസകൾ നേരുന്നു.

പ്രൊഫ. സോമനാഥൻ പി.
മലയാള-കേരളപഠനവിഭാഗം
കാലിക്കറ്റ് സർവ്വകലാശാല.

മുഖവുര

ഇംഗ്ലീഷ് ഭാഷയിൽ അത്രമേൽ കുറുകിയ രൂപത്തിൽ, തികച്ചും വസ്തുനിഷ്ഠമായ രീതിയിൽ എഴുതിയ ധിഷണാശാലി; ഏറ്റവും നവീനമായ ഭാഷാശാസ്ത്രചിന്താധാരകളിൽ അവഗാഹം നേടിയ ബഹുഭാഷാപണ്ഡിതൻ... എൽ. വി. ആറിലേക്ക് ചെന്നെത്തുക തികഞ്ഞ വെല്ലുവിളിയായിത്തീർന്ന എം.ഫിൽ. പഠനകാലം. സോമനാഥൻ മാഷ് എല്ലായ്പ്പോഴും കൂടെയും വേണു സാർ പലപ്പോഴും മുമ്പിലും ഉണ്ടായിരുന്നു. തുടർന്ന് പിഎച്ച്. ഡി. ഗവേഷണത്തിനും എൽ. വി. ആറിനെത്തന്നെ ആധാരമാക്കിയതും അതേ ധൈര്യത്തിൽ. എം. ഫിൽ. പരീക്ഷകനായി വന്ന ജോർജ് മാഷ് ധൈര്യപ്പെടുത്താൻ മറന്നിരുന്നില്ല. താപസത്തിന്റെ മുഴുവൻ ലക്കങ്ങളും ചങ്ങനാശ്ശേരിയിൽ നിന്ന് തപാൽവഴി അയച്ചുതന്ന് സ്കറിയ മാഷും വിളിക്കുമ്പോഴെല്ലാം വിളിപ്പുറത്തുവന്ന് സൗമ്യ ബേബിയും... എൽ. വി. ആറിനെ പഠിക്കാൻ ശ്രമിച്ചവർ എണ്ണത്തിൽ കുറവായിരുന്നെങ്കിലും ഉള്ളവരിൽ എനിക്ക് പ്രാപ്യരായവരെല്ലാം അന്ന് പല കോണുകളിൽനിന്ന് കൈ തന്നിരുന്നു. എൽ. വി. ആറിന്റെ രൂപിമപരിണാമപഠനത്തിന്റെ അടിസ്ഥാനത്തിൽ തയ്യാറാക്കിയ സെമിനാർ പ്രബന്ധങ്ങൾക്ക് കേരള സർവ്വകലാശാലയുടെ കാര്യവട്ടം ക്യാമ്പസിൽനിന്ന് രണ്ടുതവണ മികച്ച പ്രബന്ധത്തിനുള്ള അവാർഡും ലഭിച്ചിരുന്നു. ഇതൊക്കെയും സമയബന്ധിതമായി പ്രബന്ധം പൂർത്തിയാക്കാനും എൽ. വി. ആറിനെ മലയാള അക്കാദമികലോകത്തിനു മുന്നിൽ കൂടുതൽ കൂടുതൽ തെളിയിച്ചെടുക്കാനുമുള്ള പ്രേരണയാവുകയായിരുന്നു. എന്നാൽ അതെല്ലാം പുസ്തകരചനയിലൂടെ അടയാളപ്പെടുത്താനുള്ള ശ്രമങ്ങൾ തീർത്തും വ്യക്തിപരമായ

ചില കാരണങ്ങളാൽ നീണ്ടുനീണ്ടു പോയി. വളരെ മുമ്പേ തയ്യാറാക്കി വെച്ചിരുന്ന ഈ പുസ്തകത്തെ പുറത്തെത്തിക്കാൻ സമയവും സന്ദർഭവും ഒത്തുവന്നത് ഇപ്പോഴാണ്. അതിന് വഴിയൊരുക്കിയ ഇൻസൈറ്റ് പബ്ലിക്കയോട് നന്ദി. വൈകിയതിലുള്ള ക്ഷമാപണത്തോടെ പുസ്തകം വിട്ടുതരുന്നു.

ഡോ. സിജി എൻ.

ഉള്ളടക്കം

ചരിത്രത്തിൽനിന്ന് വീണ്ടെടുക്കേണ്ട ഭാഷാചരിത്രരചനയിലെ നാഴികക്കല്ല് 7
മുഖവുര 11
തമിഴ്-മലയാളങ്ങളുടെ അതിർത്തിയിൽ പിറന്ന പ്രതിഭ 15
എന്നും എവിടെയും ഒന്നാമൻ 17
കോടതിയിൽനിന്ന് കോളേജിലേയ്ക്ക് 19
ഒരു പ്രതിഭയുടെ പതനം 21
ഏകാന്തതാബോധത്തിന്റെ കാവ്യസംസ്കാരം 23
നാടകമായി മാറുന്ന നാടകക്ലാസുകൾ 25
കല തന്നെ ജീവിതം 27
കൊടുങ്കാറ്റുപോലെ ഒരു അധ്യാപകൻ 29
ജർമ്മനിയുടെ പ്രിയ രാംസെ 31
ചരിത്രം രേഖപ്പെടുത്താത്ത സത്യം 32
നടക്കാതെ പോയ മോഹം 33
മരണത്തിലും ഒരുമിച്ച് 34
എൽ. വി. ആർ. എന്ന കടങ്കഥ 35
മുറ്റത്തെ മുല്ല 38
മലയാളികളിൽനിന്ന് അകറ്റിയ ഘടകങ്ങൾ 40
പടിയ്ക്കു പുറത്ത് 42
ഇനിയും നിന്ദിക്കാനാവാത്ത വിധം 44

ഭാഗം രണ്ട്
എൽ. വി. ആർ. മലയാളഭാഷാചരിത്രത്തിൽ

സാർവ്വലൗകികനായ ഭാഷാപണ്ഡിതൻ 49
മലയാളത്തിൽനിന്നുള്ള അംഗീകാരങ്ങൾ 52
എൽ. വി. ആറിന്റെ സുപ്രധാനരചനകൾ 57

ഭാഗം മൂന്ന്
ഭാഷാചരിത്രവും ഭാഷാശാസ്ത്രവും മലയാളരൂപിമപരിണാമപഠനത്തിൽ

1. ഭാഷാശാസ്ത്രത്തിലെ എൽ. വി. ആർ. യുഗം 69
2. മലയാളഭാഷോൽപ്പത്തി 69
3. മലയാളരൂപിമപരിണാമപഠനം....................70
4. രൂപിമവിചാരം എ. ആറിലും എൽ. വി. ആറിലും....................73
5. മലയാളക്ലാസിക്കുകളുടെ ഭാഷയും രൂപിമപരിണാമവും 85
6. പ്രാദേശികവാമൊഴിഭേദങ്ങൾ എൽ. വി. ആറിന്റെ ധൈഷണികപരിസരത്തിൽ 92
7. മലയാളഭാഷയുടെ പഴക്കവും എൽ. വി. ആറിന്റെ ഭാഷാചരിത്രവാദവും 100
8. ഗുണ്ടർട്ടിന്റെ സ്വാധീനം എൽ. വി. ആറിൽ 107

അനുബന്ധം

എൽ. വി. ആറിന്റെ ലേഖനങ്ങൾ പ്രസിദ്ധീകരിച്ച ആനുകാലികങ്ങൾ 113

സംവൃതോകാരത്തിന്റെ സ്വനമൂല്യവിചാരം 114

മലയാളഭാഷോൽപ്പത്തി എൽ. വി. ആറിന്റെ വീക്ഷണത്തിൽ 115

ചെറുകഥകൾ-സാമാന്യപരിചയം....................116

മഹാരാജാസിൽനിന്ന് ഒരു കഥ....................118

തിരൂരിൽനിന്നു കേട്ട വാർത്ത....................119

അല്പം ഭാഷാശാസ്ത്രം....................120

എൽ. വി. ആർ. പ്രശസ്തരുടെ വാക്കുകളിൽ 121

മലയാളഭാഷാചരിത്രനിർമിതിയിൽ എൽ. വി. ആറിന്റെ ഇടപെടലുകൾ 125

എൽ. വി. ആറിന്റെ മലയാളലേഖനങ്ങൾ....................127

സഹായക ഗ്രന്ഥ-ലേഖന സൂചി....................128

തമിഴ്-മലയാളങ്ങളുടെ അതിർത്തിയിൽ പിറന്ന പ്രതിഭ

1895-ലെ ഒക്ടോബർ 25. തമിഴ്നാടിന്റെയും കേരളത്തിന്റെയും അതിർത്തി പങ്കിടുന്ന പാലക്കാട്ടെ ലക്ഷ്മീനാരായണപുരം എന്ന സ്ഥലത്തെ വിശ്വനാഥയ്യർ- മീനാക്ഷിയമ്മാൾ ദമ്പതികൾ ജീവിതത്തിൽ ഏറ്റവും കൂടുതൽ ആനന്ദമനുഭവിച്ച ദിവസമായിരുന്നു അത്. ഏറെനാളത്തെ കാത്തിരിപ്പിനൊടുവിൽ അവരുടെ ജീവിതത്തിൽ ആ അതിഥി വന്നെത്തി. അതിഥിയെ അവർ ഏറെ ആമോദത്തോടെ എതിരേറ്റു. ഏക ആൺതരിയുടെ ജനനം മിക്കവാറും എല്ലാ വീടുകളിലും ഇങ്ങനെയൊക്കെത്തന്നെയാണല്ലോ അനുഭവപ്പെടാറുള്ളത്. ആ അതിഥിയ്ക്ക് അവർ രാമസ്വാമി എന്നു പേരിട്ടു.

ജന്മം കൊണ്ടു മാത്രമല്ല, കർമ്മം കൊണ്ടും തമിഴ്- മലയാളങ്ങളുടെ അതിർത്തി നിർണയിക്കാൻ കഴിയുന്ന മഹാപണ്ഡിതനായിത്തീരും തങ്ങളുടെ പൊന്നോമനപുത്രനെന്ന് ആ മാതാപിതാക്കൾ അന്ന് സ്വപ്നേപി നിരൂപിച്ചിട്ടുണ്ടാവില്ല. പിൽക്കാലത്ത് തമിഴ്ഭാഷയിലും മലയാളഭാഷയിലും ഒരുപോലെ വ്യാപരിച്ച്, രണ്ടു ഭാഷകൾക്കുമിടയിലുള്ള ബന്ധം ശാസ്ത്രീയമായി പഠിച്ച്, മലയാളഭാഷയുടെ ഉൽപ്പത്തി സംബന്ധിച്ച നിരീക്ഷണങ്ങൾക്ക് കൂടുതൽ കെട്ടുറപ്പുണ്ടാക്കിത്തന്ന ലക്ഷ്മീപുരത്തു വിശ്വനാഥ രാമസ്വാമിഅയ്യർ ആയിരുന്നു ആ പ്രതിഭാശാലി. എൽ. വി. ആർ. എന്ന ചുരുക്കപ്പേരിലാണ് അദ്ദേഹം പിൽക്കാലത്ത് അറിയപ്പെട്ടത്. അന്നപൂർണി, പാർവ്വതി, സരസ്വതി, കമലം എന്നീ സഹോദരിമാരുടെയും ഓമനയായി രാമസ്വാമി വളർന്നു.

അങ്ങനെയിരിക്കെ, വിശ്വനാഥയ്യർക്ക് കൊച്ചിസർക്കാരിന്റെ കീഴിലുള്ള സ്കൂളുകളുടെ മേൽനോട്ടം വഹിക്കുന്ന സ്കൂൾ ഇൻസ്പെക്ടറായി നിയമനം ലഭിച്ചു. അദ്ദേഹം ഉന്നതവിദ്യാഭ്യാസം നേടിയിരുന്നു എന്ന് പ്രത്യേകം പറയേണ്ടതില്ലല്ലോ. അതോടെ അദ്ദേഹം കുടുംബത്തോടൊപ്പം പാലക്കാട്ടുനിന്ന് തൃശ്ശൂരിലേയ്ക്ക് താമസം മാറ്റി. അതിനാൽ എൽ. വി. ആറിന്റെ പ്രാഥമികവിദ്യാഭ്യാസം തൃശ്ശൂരിലായിരുന്നു.

എന്നും എവിടെയും ഒന്നാമൻ

കുട്ടിക്കാലത്തേ എൽ. വി. ആർ. പഠിക്കാൻ മിടുക്കനായിരുന്നു. ഹൈസ്കൂൾപഠനം പൂർത്തിയാക്കിയത് ഉയർന്ന ഫസ്റ്റ്ക്ലാസോടു കൂടിയാണ്. എ പ്ലസും ഡിസ്റ്റിങ്ഷനുമൊന്നും ഇല്ലാത്ത കാലമായിരുന്നു അതെന്നോർക്കണം. തുടർന്ന് ഇന്റർമീഡിയറ്റിനു പഠിക്കാൻ എറണാകുളത്തെ പ്രസിദ്ധമായ മഹാരാജാസ് കോളേജിൽ ചേർന്നു. സംസ്ഥാനത്തിൽവെച്ചുതന്നെ ഒന്നാം റാങ്കോടെയാണ് അദ്ദേഹം ഇന്റർമീഡിയറ്റ് പരീക്ഷ പാസ്സായത്. അക്കാലത്ത് മഹാരാജാസ് കോളേജിൽ ബി. എ. കോഴ്സ് ഉണ്ടായിരുന്നില്ല. ഭൂഗർഭശാസ്ത്രത്തിൽ താൽപര്യം തോന്നിയ എൽ. വി. ആർ. അതിനാൽ ജിയോളജി ബി. എ. പഠിക്കാൻ മദ്രാസ് പ്രസിഡൻസി കോളേജിൽ ചേർന്നു. ഫസ്റ്റ്ക്ലാസോടെതന്നെ അതും പൂർത്തിയാക്കി. ഇംഗ്ലീഷ്ഭാഷ കൈകാര്യം ചെയ്യുന്നതിൽ അദ്ദേഹത്തിന് അസാമാന്യമായ കഴിവുണ്ടായിരുന്നു. അത് കണ്ടറിഞ്ഞ വിശ്വനാഥയ്യർ മകനെ വക്കീലാക്കണമെന്ന് ആഗ്രഹിച്ചു. ഇംഗ്ലീഷ്ഭാഷയെ ഏതു വിധത്തിലും വ്യാഖ്യാനിച്ചെടുക്കാനുള്ള മകന്റെ കഴിവ് കോടതിമുറികളെ മുഖരിതമാക്കുമെന്ന് ആ അച്ഛൻ സ്വപ്നം കണ്ടു. എൽ. വി. ആർ. അത് സ്വീകരിക്കുകതന്നെ ചെയ്തു. അഭിഭാഷകവൃത്തിയിൽ താൽപര്യമില്ലാതിരുന്നിട്ടും, തന്റെ കർമ്മമണ്ഡലം മറ്റൊന്നാണെന്ന ഉൾവിളിയുണ്ടായിരുന്നിട്ടും അദ്ദേഹം അതു ചെയ്തു. അച്ഛന്റെ ആഗ്രഹം സാധിപ്പിച്ചുകൊടുക്കാൻവേണ്ടി മാത്രം. മദ്രാസ് ലോ കോളേജിൽനിന്നാണ് അദ്ദേഹം വക്കീൽപ്പരീക്ഷ പാസ്സായത്. ടി. എസ്. നാരായണയ്യർ എന്ന പ്രസിദ്ധ അഡ്വക്കേറ്റിന്റെ ജൂനിയറായി

പ്രാക്ടീസ് ആരംഭിച്ചു. എങ്കിലും ഒട്ടും താത്പര്യമില്ലാതെ അഭിഭാഷക നായി തുടരണമോ എന്ന് അദ്ദേഹത്തിന് സംശയമുണ്ടാകാതിരുന്നില്ല.

ഭാഷാഗവേഷണം നടത്തണമെന്ന ആഗ്രഹം അദ്ദേഹത്തിന് പണ്ടേ ഉണ്ടായിരുന്നു. അത് ഒരു വേതാളത്തെപ്പോലെ അദ്ദേഹത്തെ പിന്തുടർന്നു. മെട്രിക്കുലേഷന് മഹാരാജാസ് കോളേജിൽ പഠിക്കു മ്പോൾത്തന്നെ ഭാഷാഗവേഷണത്തിൽ അദ്ദേഹം തത്പരനായിരുന്നു. അക്കാലത്തുതന്നെ ആംഗലേയഭാഷയിലെ പ്രശസ്തകൃതികളെല്ലാം അദ്ദേഹം ഹൃദിസ്ഥമാക്കി. ഉന്നതവിദ്യാഭ്യാസമുള്ള കുടുംബപശ്ചാ ത്തലം ഉള്ളതിനാൽ പുസ്തകങ്ങൾ വാങ്ങിക്കുന്നതും ലൈബ്രറികൾ ഉപയോഗിക്കുന്നതുമൊന്നും അദ്ദേഹത്തിന് യാതൊരു വിധത്തിലുമുള്ള ബുദ്ധിമുട്ടുകളും ഉണ്ടാക്കിയിരുന്നില്ല.

അക്കാലത്ത് ഇങ്ങനെയൊരു സംഭവമുണ്ടായി. *ഷേക്സ്പിയറിന്റെ ജീവിതത്തിലേക്ക് ഒരു പുതിയ വെളിച്ചം* എന്ന പേരിൽ ഗവേഷണസ്വ ഭാവമുള്ള ഒരു ഇംഗ്ലീഷ് പ്രബന്ധം ഒരു പ്രശസ്തമാസികയിൽ പ്രത്യക്ഷ പ്പെട്ടു. അന്ന് മഹാരാജാസ് കോളേജിന്റെ പ്രിൻസിപ്പൽ ബാർലോ സായിപ്പായിരുന്നു. അദ്ദേഹം മാസിക വായിക്കുന്നതിനിടയിൽ ഈ പ്രബന്ധവും വായിക്കാനിടയായി. അസാധാരണമായ ഭാവനയും തെളിഞ്ഞ ഭാഷയും. അതിന്റെ കർത്താവിനെ അന്വേഷിക്കാതിരിക്കാൻ അദ്ദേഹത്തിനായില്ല. പ്രബന്ധകർത്താവ് ആരാണെന്നറിഞ്ഞപ്പോൾ അത്ഭുതത്താലും ആനന്ദത്താലും അദ്ദേഹത്തിന്റെ കണ്ണുതള്ളിപ്പോയി. തന്റെ കോളേജിൽ പഠിക്കുന്ന വിദ്യാർത്ഥിയോ! ആ പ്രബന്ധത്തിന്റെ ഉടമ എൽ. വി. ആർ. ആയിരുന്നെന്ന് പറയേണ്ടതില്ലല്ലോ. ഇന്ററിനു പഠിക്കുന്ന ഒരു വിദ്യാർത്ഥിയിൽനിന്ന് ഇത്തരമൊരു പ്രബന്ധം രൂപപ്പെട്ടെന്നോ! സന്തോഷത്താൽ മതിമറന്ന അദ്ദേഹം എൽ. വി. ആറിനെ അഭിനന്ദിക്കാൻവേണ്ടി മാത്രമായി അസംബ്ലി വിളിച്ചുകൂട്ടി. അധ്യാപകരുടെയും വിദ്യാർത്ഥികളുടെയും മുന്നിൽവെച്ച് എൽ. വി. ആറിനെ മനസ്സുതുറന്ന് അഭിനന്ദിച്ചു. എൽ. വി. ആർ. അതേറ്റുവാങ്ങി. എന്നാൽ കുട്ടിക്കാലം മുതലേ ഭാഷാവിഷയങ്ങളിൽ അദ്ദേഹത്തിനുണ്ടാ യിരുന്ന ഗവേഷണതാൽപര്യം വിശ്വനാഥയ്യർ വേണ്ടത്ര മനസ്സിലാക്കി യിരുന്നില്ല.

കോടതിയിൽനിന്ന് കോളേജിലേയ്ക്ക്

ജന്മവാസനയെ തടുത്താൽ നിൽക്കുമോ? കോടതിയോടും കക്ഷികളോടുമുള്ളതിനേക്കാൾ ആകർഷണം പുസ്തകങ്ങളോടും ഗവേഷണത്തോടും അദ്ദേഹത്തിന് തോന്നിത്തുടങ്ങി. ഈ തോന്നൽ അതിന്റെ തീവ്രതയിലെത്തിയപ്പോൾ അഭിഭാഷകനായി തുടരാൻ രാമസ്വാമിയുടെ മനസ്സനുവദിച്ചില്ല. ക്രമേണ അദ്ദേഹം വിദ്യാഭ്യാസത്തിലേയ്ക്ക് വഴിതിരിഞ്ഞു. അക്കാലത്ത് സ്കൂൾ അധ്യാപകർക്ക് പ്രൈവറ്റായി എം. എ. പരീക്ഷ എഴുതാമായിരുന്നു. പഠിപ്പിക്കലും പഠിക്കലും ഒന്നിച്ചു നടത്താം. ഈ സൗകര്യം ഉപയോഗപ്പെടുത്താൻതന്നെ അദ്ദേഹം തീരുമാനിച്ചു. വക്കീൽപ്പണി വിട്ട് കുന്നംകുളം സ്കൂളിൽ അധ്യാപകനാകാൻ ഒട്ടും ആലോചിക്കേണ്ടി വന്നില്ല. താൻ ഏറ്റെടുത്ത അധ്യാപകന്റെയും വിദ്യാർത്ഥിയുടെയും റോളുകൾ അദ്ദേഹം വിജയകരമായി കൈകാര്യം ചെയ്തു. എം. എ. പരീക്ഷ എഴുതി. വെറുതെ ഒരു എഴുത്തായിരുന്നില്ല അത്. അദ്ദേഹത്തിന്റെ ഉത്തരപ്പേപ്പറുകൾ മൂല്യനിർണയം ചെയ്യുക എന്നത് കേരളത്തിൽ അന്നുണ്ടായിരുന്ന യൂണിവേഴ്സിറ്റി അധ്യാപകർക്ക് വലിയ വെല്ലുവിളിയായിത്തീർന്നു. എൽ. വി. ആറിന്റെ ഉത്തരപ്പേപ്പറുകൾ മൂല്യനിർണയം ചെയ്യാൻ കഴിയില്ല എന്ന് അവർ യൂണിവേഴ്സിറ്റിയെ അറിയിച്ചു. ഒടുവിൽ കൽക്കത്ത യൂണിവേഴ്സിറ്റിയിലേയ്ക്കയച്ചാണ് അത് വിലയിരുത്തിയത്. അത്രയ്ക്ക് അസാധാരണമായിരുന്നു ആ ഉത്തരപ്പേപ്പറിലെ ആലോചനകൾ. അക്കാലത്ത് പ്രൈവറ്റ് വിദ്യാർത്ഥികൾക്ക് ഫസ്റ്റ്ക്ലാസ് കൊടുക്കാൻ നിയമം ഉണ്ടായിരുന്നില്ല. ഇക്കാരണംകൊണ്ടു മാത്രം എൽ. വി. ആറിന് ഉയർന്ന സെക്കന്റ്ക്ലാസ്

കൊടുക്കാൻ കൽക്കത്ത യൂണിവേഴ്സിറ്റി ശുപാർശ ചെയ്തു. എൽ. വി. ആറിലെ വിദ്യാർത്ഥി അസാമാന്യപ്രതിഭയായിരുന്നു എന്നതിന് ഇതിൽപ്പരം മറ്റെന്തു തെളിവു വേണം?

എം. എ. പരീക്ഷ നല്ലനിലയിൽ പാസ്സായി. മനസ്സാഗ്രഹിച്ചതുപോലെത്തന്നെ എറണാകുളം കോളേജിൽ ജോലിയും കിട്ടി. ഇനി സ്വതന്ത്രമായി ഭാഷാഗവേഷണം നടത്താം. 1925 ലാണ് അദ്ദേഹം മഹാരാജാസ് കോളേജിന്റെ ഇംഗ്ലീഷ് വിഭാഗത്തിൽ അധ്യാപകനായത്. അസിസ്റ്റന്റ് പ്രൊഫസർ തസ്തികയിലായിരുന്നു നിയമനം. സഹപ്രവർത്തകരുടെയും വിദ്യാർത്ഥികളുടെയും സ്നേഹത്തിനും ബഹുമാനത്തിനും പാത്രമാവാൻ അദ്ദേഹത്തിന് അധികസമയം വേണ്ടിവന്നില്ല. ആകർഷകമായ വ്യക്തിത്വവും തുറന്ന മനസ്സോടുകൂടിയ പെരുമാറ്റവും അദ്ദേഹത്തിന് കൈമുതലായിരുന്നു. പിൽക്കാലത്ത് കലാസാംസ്കാരികരംഗങ്ങളിൽ വ്യക്തിമുദ്ര പതിപ്പിച്ച പല പ്രശസ്തരും മഹാരാജാസിൽ എൽ. വി. ആറിന്റെ ശിഷ്യന്മാരായിരുന്നു. ചങ്ങമ്പുഴ കൃഷ്ണപിള്ള, വൈലോപ്പിള്ളി ശ്രീധരമേനോൻ, എം. എൻ. വിജയൻ, ആർ. രാമചന്ദ്രൻ എന്നിവർ അവരിൽ ചിലർ മാത്രം.

ഒരു പ്രതിഭയുടെ പതനം

അനാരോഗ്യസ്ഥിതി പരിഗണിക്കാതെയായിരുന്നു എൽ. വി. ആർ. നിരന്തരം ഭാഷാഗവേഷണത്തിൽ ഏർപ്പെട്ടിരുന്നത്. വിവാഹിതനായിരുന്നുവെങ്കിലും അദ്ദേഹത്തിന് സന്താനസൗഭാഗ്യം ഉണ്ടായില്ല. ലക്ഷ്മിയമ്മാൾ ആയിരുന്നു അദ്ദേഹത്തിന്റെ ഭാര്യ. ഭാര്യയുടെ പേരൊഴികെ മറ്റു വിവരങ്ങളൊന്നും ലഭ്യമല്ല. സരസ്വതി എന്ന സഹോദരിയുടെ മകൻ വിശ്വനാഥൻ ബാംഗ്ലൂരിൽ താമസിക്കുന്നുണ്ടത്രേ. അദ്ദേഹം പ്രൊഫസറായിരുന്നുവെന്നും ഇപ്പോൾ പെൻഷൻപറ്റി എന്നും കേൾക്കുന്നു. വിശ്വനാഥൻ ഭാഷാശാസ്ത്രപ്രൊഫസറായിരുന്നോ, അമ്മാവന്റെ പാണ്ഡിത്യം മരുമകനെ സ്വാധീനിച്ചിരുന്നോ എന്നൊന്നും അറിയാൻ യാതൊരു വഴിയുമില്ല. എൽ. വി. ആറിന്റെ മരുമകൾ സരോജിനി കൽക്കട്ടയിൽ താമസിക്കുന്നുണ്ടെന്നും കേട്ടു. നാലു സഹോദരിമാരിൽ ആരുടെ മകളാണ് സരോജിനി എന്നറിയില്ല. എൽ. വി. ആർ. ആത്മാഖ്യാനങ്ങളൊന്നുംതന്നെ എഴുതിയിട്ടില്ല. അദ്ദേഹത്തിന്റെ വ്യക്തിജീവിതത്തിലേയ്ക്കും കുടുംബജീവിതത്തിലേയ്ക്കും വെളിച്ചം വീശുന്ന രചനകൾ എവിടെയും ഇതുവരെ പ്രത്യക്ഷപ്പെട്ടിട്ടുമില്ല. കുടുംബജീവിതത്തിന് അദ്ദേഹം വലിയ പ്രാധാന്യമൊന്നും കൊടുത്തിരുന്നില്ലെന്നതാവാം കാരണം. മുഴുവൻസമയവും ഭാഷാപഠനത്തിനും ഗവേഷണത്തിനുമായി നീക്കിവെച്ചു. അതുകൊണ്ടുതന്നെ അദ്ദേഹത്തിന്റെ അനാരോഗ്യസ്ഥിതി ആരും തിരിച്ചറിഞ്ഞില്ല. അദ്ദേഹമാകട്ടെ തന്നെ ബാധിച്ച പ്രമേഹത്തെ കാര്യമാക്കിയതേയില്ല. അത് മൂർച്ഛിക്കുംവരെ അദ്ദേഹം കോളേജിൽനിന്നോ ഗവേഷണത്തിൽനിന്നോ അവധിയെടുത്തതുമില്ല. രോഗം അങ്ങേയറ്റം കീഴടക്കിയപ്പോളാണ് മനസ്സില്ലാമനസ്സോടെയാണെങ്കിലും അദ്ദേഹം ചികിത്സയ്ക്കുവേണ്ടി നീണ്ട അവധിയിൽ പ്രവേശിച്ചത്.

അപ്പോഴേയ്ക്കും മഹാരാജാസ് കോളേജിൽ 22 വർഷം വിജയകരമായി പൂർത്തിയാക്കിയിരുന്നു. പ്രമേഹത്തിന് തീർത്തും കീഴ്പ്പെട്ട് അദ്ദേഹം തീരെ കിടപ്പിലായി. മൂന്നു മാസത്തോളം ആ കിടപ്പു കിടന്നു. ഒടുവിൽ 1948 ജനുവരി 31-ന് തൃശ്ശൂരിലുള്ള സ്വന്തം വസതിയിൽവെച്ച് അന്ത്യ ശ്വാസം വലിച്ചു.

ഏകാന്തതാബോധത്തിന്റെ കാവ്യസംസ്കാരം

മഹാരാജാസ് കോളേജിന്റെ ക്ലാസ് മുറികളിൽനിന്ന് പല കവിപ്രതിഭകളെയും എൽ. വി. ആർ. വളർത്തിയെടുത്തിട്ടുണ്ട്. അതിൽ പ്രമുഖൻ ചങ്ങമ്പുഴ തന്നെ. എൽ. വി. ആർ. എന്ന അധ്യാപകൻ ചങ്ങമ്പുഴയെ ഏറെ സ്വാധീനിച്ചതായി ഗുപ്തൻനായർ എഴുതിയ ജീവചരിത്രക്കുറിപ്പിൽ പറഞ്ഞിട്ടുണ്ട്. ചങ്ങമ്പുഴ എഴുതിക്കൊണ്ടുവരുന്ന കോമ്പോസിഷൻ വർക്കുകൾക്ക് എൽ. വി. ആർ. ഉയർന്ന മാർക്ക് നൽകിരുന്നുവത്രേ. കോമ്പോസിഷൻ പുസ്തകങ്ങൾ അഥവാ രചനാപുസ്തകങ്ങൾ പഴയ പാഠ്യപദ്ധതിയുടെ ഒഴിച്ചുകൂടാനാവാത്ത ഭാഗമായിരുന്നു. പദ്യഭാഗങ്ങളുടെയും ഗദ്യഭാഗങ്ങളുടെയും പരാവർത്തനവും ആശയവിപുലനവും ശൈലികളുടെയും പഴഞ്ചൊല്ലുകളുടെയും വ്യാഖ്യാനവുമൊക്കെയാണ് അതിലെ പഠനപ്രവർത്തനങ്ങൾ. ഇവ കൃത്യമായി പരിശോധിക്കുകയും വിലയിരുത്തുകയും ചെയ്തിരുന്ന അധ്യാപകനായിരുന്നു എൽ. വി. ആർ. തന്റെ വിദ്യാർത്ഥികളിൽ ഭാഷാശേഷിയും രചനാപാടവവും വളർത്തുന്നതിൽ സദാ ഉത്സുകനായിരുന്നു അദ്ദേഹം.

തന്റെ കാവ്യജീവിതത്തെ എൽ. വി. ആർ. എന്ന അധ്യാപകൻ ഏറെ സ്വാധീനിച്ചതായി പറഞ്ഞ മറ്റൊരു കവി ആധുനികകവികളിൽ ശ്രദ്ധേയനായ ആർ. രാമചന്ദ്രനാണ്. ഏകാന്തതാബോധത്തിന്റെ കവിയാണ് മലയാളികൾക്കദ്ദേഹം. പാശ്ചാത്യകവിതയിൽ സംഗീതം അന്തർദ്ധാരയായി നില്പുണ്ടെന്ന് അറിവുള്ള എൽ. വി. ആർ. കവിത പഠിപ്പിച്ചിരുന്നത് തികച്ചും താളാത്മകമായിട്ടായിരുന്നു. കവിതയെ അതിന്റെ എല്ലാ വൈകാരികാനുഭൂതിയോടെയും വിദ്യാർത്ഥികളിലെത്തിച്ചിരുന്ന

ആ അധ്യാപകൻ. സംഗീതം അറിഞ്ഞാസ്വദിക്കാൻ കഴിഞ്ഞാലേ ഇംഗ്ലീഷ്കവിത ഒരു വൈകാരികാനുഭൂതിയായി പടരൂ എന്നാണദ്ദേഹത്തിന്റെ നിലപാട്. ആ ക്ലാസ്സുകളിലിരുന്ന് പഠിച്ചപ്പോഴാണ് കവിതയിലെ താളബോധത്തിന്റെ പ്രസക്തി താൻ മനസ്സിലാക്കിയതെന്ന് ആർ. രാമചന്ദ്രൻ പറഞ്ഞിട്ടുണ്ട്. ഇത് രാമചന്ദ്രന്റെ മാത്രം അഭിപ്രായമല്ല. മഹാരാജാസിൽ അക്കാലത്തുണ്ടായിരുന്ന വിദ്യാർത്ഥികളൊന്നടങ്കം ഇതേ അഭിപ്രായക്കാരാണ്. എൽ. വി. ആറിന്റെ അധ്യാപനപാടവം തന്റെ പിൽക്കാല കവിതാജീവിതത്തെ ഏറെ സ്വാധീനിച്ചതായും രാമചന്ദ്രൻ പറയുന്നുണ്ട്. അദ്ദേഹം ഓർമ്മിക്കുന്നു: "ടെന്നിസന്റെ പ്രശസ്തകൃതികളിലൊന്നാണ് ആർതർ രാജാവിന്റെ മരണം. യുദ്ധത്തിൽ മാരകമായി മുറിവേറ്റ രാജാവിനെ അദ്ദേഹത്തിന്റെ വിശ്വസ്തനായ അനുയായി ബിഡീവിയർ തോളത്തെടുത്തുകൊണ്ട് ശ്മശാനഭൂമിയിൽക്കൂടി, നിലാവത്തു, തണുത്ത കാറ്റടിക്കുന്ന കടൽക്കരയിലേയ്ക്കു വരുന്ന ചിത്രത്തോടെയാണ് കാവ്യം ആരംഭിക്കുന്നത്. എൽ. വി. ആർ. വിവരിച്ചുതന്ന ആ രംഗം ഇന്നും മനസ്സിൽ മായാതെ കിടക്കുന്നു. ഇടയ്ക്കിടയ്ക്ക് എന്റെ മനസ്സിൽ ഉയർന്നുവരുന്ന ഈ പ്രകൃതിരംഗം ഗ്രാമഭൂവിലെ ഹേമന്തരാത്രികളായി പരിണമിച്ച് എന്നെ ഏറെ അസ്വസ്ഥനാക്കിയിട്ടുണ്ട്. ഒരു ധനുമാസരാവിൽ നെല്ലുവായ ധന്വന്തരമൂർത്തിക്ഷേത്രത്തിൽ പോയി രാത്രി രണ്ടു മണിയ്ക്കു പരന്നു കിടക്കുന്ന പാടത്തുകൂടി മടങ്ങുമ്പോൾ കാറ്റത്തു വിറങ്ങലിച്ചു നിൽക്കുന്ന നിശബ്ദതയും തണുത്ത കാറ്റും ആകാശത്തിന്റെ പടിഞ്ഞാറേ ചെരിവിൽ മങ്ങിക്കിടക്കുന്ന ചന്ദ്രക്കലയും ചേർന്ന് എന്നിലുളവാക്കിയ ഏകാന്തതാബോധത്തിന്റെ പിന്നിൽ ഈ കാവ്യരംഗത്തിന്റെ സംസ്കാരമുണ്ടെന്നു ഞാനറിയുന്നു." ആ കാറ്റും തണുപ്പും ഏകാന്തതയും ആവോളം വീശുന്നുണ്ട് ആർ. രാമചന്ദ്രന്റെ കവിതകളിൽ.

നാടകമായി മാറുന്ന നാടകക്ലാസുകൾ

എൽ. വി. ആറിന്റെ കവിതാക്ലാസ്സുകൾ താളാത്മകമായിരുന്നെങ്കിൽ നാടകക്ലാസ്സുകൾ മറ്റൊരനുഭവമായിരുന്നു. തന്റെ ക്ലാസ്സ് വിദ്യാർത്ഥികളിൽ ഒരു അനുഭവമാക്കി മാറ്റാൻ എൽ. വി. ആർ. പ്രത്യേകം ശ്രദ്ധിച്ചിരുന്നു. പാഠം മാത്രമല്ല അരങ്ങും പ്രധാനമാണെന്ന ബോധം വിദ്യാർത്ഥികളിലെത്തിക്കാൻ നാടകക്ലാസുകളെ അദ്ദേഹം ഫലപ്രദമായി വിനിയോഗിച്ചു. ഇത്തരം ക്ലാസുകൾ മഹാരാജാസിലെ വിദ്യാർത്ഥികൾ ഒരിക്കലും നഷ്ടപ്പെടുത്തിയിരുന്നില്ല. തൃപ്പൂണിത്തുറ കോവിലകത്തെ ക്യാപ്റ്റൻ കേരളവർമ്മ ഇങ്ങനെ ഓർമ്മിക്കുന്നുണ്ട്: “കർക്കിടകമാസത്തെ മഴക്കാലം. എൽ. വി. ആറിന്റെ ക്ലാസ്. ഞാൻ ഒരിക്കലും നഷ്ടപ്പെടുത്താത്ത ക്ലാസ്. മുൻസീറ്റിൽ ചെന്നിരുന്നു. ഷേക്സ്പിയറുടെ ഹാംലറ്റ്. എൽ. വി. ആറിന്റെ ഘനഗംഭീരമായ ശബ്ദം മുഴങ്ങുന്നു. മഴ പെയ്യുന്നതിനാൽ ക്ലാസ്സ്റൂമിൽ ഇരുണ്ട അന്തരീക്ഷം. കറുത്ത കോട്ടിട്ട ഒരാൾ അനങ്ങുന്നതു മാത്രമേ കാണാനുള്ളൂ. ചുറ്റും ഹാംലറ്റും ക്ലാഡിയസും ഒഫീലിയും നിൽക്കുന്നു. ഞാൻ നാടകം കാണുകയാണോ.”

യൂറോപ്യൻ പ്രൊഫസറായിരുന്ന എച്ച്. ആർ. മിൽസ് മഹാരാജാസ് പ്രിൻസിപ്പലായിരുന്ന കാലം. ഓക്സ്ഫോർഡ് യൂണിവേഴ്സിറ്റിയിൽ നിന്ന് ഒരുകൂട്ടം പ്രൊഫസർമാർ മഹാരാജാസ് കോളേജ് സന്ദർശിക്കാനെത്തി. ഇന്ത്യക്കാരായ അധ്യാപകർ ഇംഗ്ലീഷ് പഠിപ്പിച്ചാൽ ഇംഗ്ലീഷിന്റെ നിലവാരം താഴ്ന്നുപോകുമെന്ന് സാമാന്യമായി യൂറോപ്യർ വിശ്വസിച്ചിരുന്നു. അവിടുത്തെ ഇംഗ്ലീഷ് അധ്യാപകരുടെ വിശ്വാസവും മറിച്ചായിരുന്നില്ല. ഇവർക്കൊരു മറുപടിയായിരിക്കും എൽ. വി.

ആറിന്റെ ക്ലാസ്സ് എന്ന് മിൽസുസായിപ്പിന് ഉറപ്പുണ്ടായിരുന്നു. കൂടുതൽ ആലോചിക്കാൻ നിൽക്കാതെ അദ്ദേഹം അതിഥികളെ നേരെ എൽ. വി. ആറിന്റെ ക്ലാസ്സിലേയ്ക്ക് കൂട്ടിക്കൊണ്ടുപോയി. എൽ. വി. ആർ. അവരെ ഏറെ സ്നേഹത്തോടെ തന്റെ ക്ലാസ്സിലേക്ക് എതിരേറ്റു. മുൻബെഞ്ചിൽത്തന്നെ മിൽസുസായിപ്പും അതിഥികളായ ഇംഗ്ലീഷ് അധ്യാപകരും ഇരിപ്പുറപ്പിച്ചു. ക്ലാസ്സിലേയ്ക്കു കടന്നുവന്ന അതിഥികളെ എൽ. വി. ആർ. തന്റെ വിദ്യാർത്ഥികൾക്ക് പരിചയപ്പെടുത്തിക്കൊടു ത്തു; തിരിച്ചും. പഠിപ്പിക്കേണ്ടത് നാടകമാണ്. വില്യം ഷേക്സ്പിയറിന്റെ മെർച്ചന്റ് ഓഫ് വെനീസ്. അന്റോണിയോയും ഷൈലോക്കുമാണല്ലോ അതിലെ പ്രധാന കഥാപാത്രങ്ങൾ. ഷൈലോക്ക് എന്ന ചതിയനായ ജൂതൻ അന്റോണിയോയുടെ മാംസത്തിനായി ദാഹിക്കുന്ന ഭാഗം അതീ വചാരുതയോടെ എൽ. വി. ആർ. അവതരിപ്പിച്ചു. ഒരു മണിക്കൂർ നീണ്ടു നിന്നു ക്ലാസ്സ്. എന്നാൽ കേട്ടിരുന്നവർക്ക് അത്രയൊന്നും ദൈർഘ്യം തോന്നിയതേയില്ല. ഷൈലോക്കിന്റെ കുറ്റകൃത്യം വ്യക്തമായിരുന്നു. പക്ഷേ, അതൊരിക്കലും ക്ഷമിക്കാൻ കഴിയുന്നതല്ല (Shylock's crime was intelligible but unpardonable) എന്ന എൽ. വി. ആറിന്റെ നിരീക്ഷണം സദസ്സിനാകെ ഇഷ്ടപ്പെട്ടു. ഓക്സ്ഫോർഡിൽനിന്നു വന്ന ഇംഗ്ലീഷ് അധ്യാപകർ അക്ഷരാർത്ഥത്തിൽ അത്ഭുതപരതന്ത്രരായി. അതിനു തുല്യമായ ഇംഗ്ലീഷ്ക്ലാസ്സ് യൂറോപ്പിലെ ഒരു യൂണിവേഴ്സിറ്റിയി ലും അവർ കേട്ടിട്ടുണ്ടായിരുന്നില്ല. ഇക്കാര്യം എടുത്തു പറഞ്ഞുകൊണ്ട് അവർ എൽ. വി. ആറിനെ മനസ്സുതുറന്ന് അഭിനന്ദിച്ചു. അതോടെ എൽ. വി. ആർ. മഹാരാജാസിലെ വിദ്യാർത്ഥികളിലും അധ്യാപകരി ലും കൂടുതൽ സമ്മതനായിത്തീർന്നു. ഇത്രയും മികച്ച ക്ലാസ്സാണല്ലോ തങ്ങൾക്ക് കിട്ടുന്നത് എന്നവർ ആദരം കൂറി. ആ അധ്യാപകനെ അവർ മനസാ നമിക്കുകയും ചെയ്തു.

കല തന്നെ ജീവിതം

ഭാഷാപഠനത്തിൽ മാത്രമല്ല സാഹിത്യപഠനത്തിലും എൽ. വി. ആർ. ഏറെ തത്പരനായിരുന്നു. ഇംഗ്ലീഷിൽ ഒന്നുരണ്ടു ചെറുകഥകളും അദ്ദേഹം എഴുതിയിട്ടുണ്ട്. സുകുമാരിയുടെ ദീനം എന്ന പേരിൽ മലയാളത്തിലും അദ്ദേഹം ചെറുകഥയെഴുതുകയുണ്ടായി. ആധുനിക ഇംഗ്ലീഷ്കവികളുടെയെല്ലാം കവിതകൾ അദ്ദേഹം ക്ലാസ്സിൽ പഠിപ്പിച്ചിരുന്നത് ഉയർന്ന അഭിരുചിയിൽ അടിയുറച്ചുനിന്നുകൊണ്ടായിരുന്നു. ആ ക്ലാസ്സുകളിലൂടെ എൽ. വി. ആറിന്റെ വിദ്യാർത്ഥികളിൽ വേഡ്സ്വർത്ത് മുതൽ ബ്രൗണിംഗ് വരെയുള്ള പ്രതിഭകൾ അഗാധമായ അനുഭവമുദ്ര പതിപ്പിച്ചു. ജീവിതത്തിൽനിന്നാണ് സാഹിത്യമുണ്ടാവുന്നതെന്നും സാഹിത്യവും ജീവിതവും വേറിട്ടുകാണരുതെന്നും അദ്ദേഹം തന്റെ വിദ്യാർത്ഥികളെ നിരന്തരം ഓർമ്മിപ്പിച്ചിരുന്നു.

വൈലോപ്പിള്ളി ശ്രീധരമേനോൻ അദ്ദേഹത്തിന്റെ ആത്മകഥയായ കാവ്യലോകസ്മരണകളിൽ ഇങ്ങനെ ഓർക്കുന്നുണ്ട്: "ഞാൻ ഇന്റർമീഡിയറ്റിനു പഠിക്കുമ്പോൾ ഞങ്ങൾക്ക് ആഴ്ചയിൽ ഒരു ലൈബ്രറിക്ലാസ്സ് പതിവായിരുന്നു. ലൈബ്രറിയിൽനിന്നെടുത്ത പുസ്തകങ്ങൾ പൊതുഹാളിലിരുന്നു വായിക്കുക, മേൽനോട്ടത്തിനൊരു പ്രൊഫസർ ഉണ്ടാവുക എന്നേ ഇതിനർത്ഥമുള്ളൂ. രാമസ്വാമിഅയ്യരാകട്ടെ ആ മേൽനോട്ടം ശരിക്കും നടത്തിയിരുന്നു. ഒരുതവണ ഞാൻ തോമസ് ഹാർഡിയുടെ ടെസ്സ് എന്ന ഇംഗ്ലീഷ് നോവൽ വായിച്ചുകൊണ്ടിരിയ്ക്കേ അദ്ദേഹമെന്റെ മുമ്പിൽവന്ന് ആ പുസ്തകത്തിൽ ഒന്നു കണ്ണോടിച്ചശേഷം ചോദിച്ചു. ടെസ്സ് കുറ്റവാളിയാണെന്ന് തോന്നുന്നുണ്ടോ എന്ന്. ഒരു വിടന്റെ വിക്രിയയ്ക്കു വഴങ്ങി പിഴച്ചു ഗർഭിണിയാവുകയും പിന്നീട് നല്ലവനായ ഒരു കാമുകനെ കണ്ടെത്തിയിട്ടും ഭൂതകാലത്തിന്റെ ഊരാക്കുടുക്കിൽപ്പെട്ട്

ആശാഭംഗവും അമർഷവും കൊണ്ട് ആദ്യം പിഴപ്പിച്ച ആ വിടനെ കുത്തിക്കൊന്നു കഴുവേറുകയും ചെയ്യുന്ന ദുരന്തനായികയാണ് ടെസ്സ്. അവൾ അപരാധിനിയാണോ എന്നാണ് ചോദ്യം. പുസ്തകം പകുതിയേ വായിച്ചുള്ളൂ എങ്കിലും ഞാൻ പറഞ്ഞു: "അവൾ അപരാധിനിയാണ്. അവൾ ആ വിടന്റെ പ്രലോഭനങ്ങൾക്കു വഴങ്ങിക്കൊടുത്തതെന്തിന്!" രാമസ്വാമിഅയ്യർ പറഞ്ഞു: "ശ്രീധരാ ജീവിതം അത്ര സരളവും ലഘുവുമല്ല. എല്ലാ വശവും നോക്കിയേ നാം വിലയിരുത്താവൂ. വിശേഷിച്ച് കുറ്റപ്പെടുത്താവൂ. ആകട്ടെ, പുസ്തകം മുഴുവൻ വായിക്കൂ. അപ്പോൾ അഭിപ്രായം മാറിവീഴും." കുടുംബപശ്ചാത്തലത്തിൽനിന്ന് എനിക്കു കിട്ടിയ ബുദ്ധിയുടെ കടുംപിടുത്തം അപ്പോൾ ആ നിർദ്ദേശത്തിനു വഴങ്ങിയില്ല. വർഷങ്ങൾ കഴിഞ്ഞതിനു ശേഷമാണ് ടെസ്സിനെപ്പോലെയുള്ളവരെ ശരിയായ പശ്ചാത്തലത്തിൽ കണ്ടു മനസ്സിലാക്കാനുള്ള ഉദാരത എനിക്കുണ്ടായത്." മക്കൾ കൂട്ടുകൂടി അയിത്തമാകുന്നതിലും ഭേദം ഉച്ചപ്പട്ടിണി കിടക്കുന്നതാണെന്ന് വിശ്വസിക്കുന്ന കുടുംബമാണ് വൈലോപ്പിള്ളിയുടേത്. *കടൽക്കാക്കകൾ* എന്ന കവിതയിൽ അദ്ദേഹം ഇക്കാര്യം വർണിച്ചിട്ടുമുണ്ട്. അപ്പോൾപ്പിന്നെ ടെസ്സിനെ മനസ്സിലാക്കാനുള്ള ഉദാരത അന്നത്തെ സാഹചര്യത്തിൽ ശ്രീധരമേനോനുണ്ടായിരുന്നില്ല എന്നു പറയുന്നതിൽ അസ്വാഭാവികത ഒട്ടുംതന്നെയില്ല. എന്നാൽ എൽ. വി. ആർ. എന്ന അധ്യാപകന്റെ ക്ലാസ്സുകൾ പിൽക്കാലത്ത് തന്റെ ചിന്താഗതികൾ മാറുന്നതിന് ഏറെ ഉപകരിച്ചു എന്ന് വൈലോപ്പിള്ളി എഴുതി. വൈലോപ്പിള്ളിതന്നെ പറഞ്ഞതുപോലെ ദീർഘദർശനം ചെയ്യും ദൈവജ്ഞരാണ് വാക്കുകൾ കൂട്ടിച്ചൊല്ലാൻ വെയ്ക്കുന്ന (കഴിയുന്ന) അധ്യാപകരും എന്നായിരിക്കില്ലേ അദ്ദേഹമിവിടെ ഓർത്തെടുത്തത്. സാഹിത്യകൃതികൾ പഠിപ്പിച്ചുകൊണ്ട് വിദ്യാർത്ഥികളെ ജീവിക്കാനും ജീവിതത്തെ വിലയിരുത്താനും എൽ. വി. ആർ. പഠിപ്പിച്ചു. അദ്ദേഹം പറഞ്ഞ വാക്കുകൾ ജീവിതത്തിന്റെ പിൽക്കാലവഴികളിൽ കൂടുതൽ അർത്ഥം ചുരത്തി. അധ്യാപകജനുസ്സിൽ ഇത്തരം മഹാനുഭാവന്മാർ അസുലഭമായതിൽ ആശ്ചര്യപ്പെടാനില്ല.

കൊടുങ്കാറ്റുപോലെ ഒരു അധ്യാപകൻ

എൽ. വി. ആർ. എന്ന ഇംഗ്ലീഷ് അധ്യാപകനെ എം. എൻ. വിജയൻ ഇപ്രകാരം ഓർക്കുന്നുണ്ട്: "ക്ലാസ്സിലേയ്ക്ക് കൊടുങ്കാറ്റ പോലെ പാഞ്ഞുവരുന്ന ഇംഗ്ലീഷ് അധ്യാപകൻ എൽ. വി. ആർ. പെരുമഴ പെയ്ത് പിന്നീട് ചെസ്സിലേയ്ക്കോ ഭാഷാശാസ്ത്രത്തിലേയ്ക്കോ മടങ്ങിപ്പോകുന്നു. ബ്രൗണിംഗിൽനിന്ന് ലീലാതിലകത്തിലേയ്ക്ക് കുപ്പുകുത്തുന്നു. കേരളത്തിൽ മറ്റാരുടെ കയ്യിലും അതിന്റെ താളിയോല ഇല്ലായിരുന്നു. മരണത്തിലേയ്ക്കു റിട്ടയർ ചെയ്തപ്പോൾ എൽ. വി. ആറിന്റെ ഗ്രന്ഥശേഖരം കോളേജിലെത്തി. നാനൂറിലധികം ഭാഷകളിൽ ബൈബിൾ പരിഭാഷകൾ. ഇതുപയോഗിച്ചാണ് എൽ. വി. ആർ. ലോകഭാഷകൾ പഠിച്ചുപോന്നത്. ഒന്നിനും വേണ്ടിയല്ല. വെറുതെ. കപ്പലൊടിഞ്ഞു കരയിലടുക്കുന്നവരോട് ഏതു ഭാഷയിലും സംസാരിക്കാൻ കഴിയുന്നവനെന്നേ നാട്ടുകാർ എൽ. വി. ആറിനെ വിലയിരുത്തിയിരുന്നുള്ളൂ. പക്ഷേ മലയാളത്തിലെ ഭാഷാശാസ്ത്രത്തിനു തുടക്കമിട്ടത് ഈയൊരു ഇംഗ്ലീഷ് അധ്യാപകനായിരുന്നു."

അക്കാലത്ത് ഇംഗ്ലീഷിലെ ഏറ്റവും ആധുനികനായ ബ്രൗണിംഗിൽ നിൽക്കുമ്പോൾത്തന്നെ മലയാളത്തിന് സ്വതന്ത്രാസ്തിത്വം ഉണ്ടെന്നു കൽപ്പിച്ച പ്രഥമകൃതിയായ *ലീലാതിലക*ത്തിലേയ്ക്ക് മടങ്ങാനും എൽ. വി. ആറിന് നിമിഷങ്ങൾ മതി. ഒരേസമയം ഇംഗ്ലീഷ് സാഹിത്യവും മലയാള ഭാഷാശാസ്ത്രവും അദ്ദേഹത്തിന്റെ മനസ്സിനെ ഇളക്കിമറിച്ചിരുന്നു എന്നർത്ഥം. *ലീലാതിലക*ത്തിന്റെ താളിയോല എൽ. വി. ആറിന്റെ കയ്യിൽ സ്വന്തമായുണ്ടായിരുന്നു എന്നത് നിസ്സാരകാര്യമല്ല. കേരളത്തിൽത്തന്നെ

വളരെ ചുരുക്കം പേരുടെ കയ്യിലേ ഇതുണ്ടായിരുന്നുള്ളൂ. എൽ. വി. ആർ. *ലീലാതിലക*ത്തെ കീറിമുറിച്ചു പഠിക്കുകയും *ലീലാതിലക*ത്തിലെ വ്യാകരണത്തെ സംബന്ധിച്ച് നിരവധി പ്രബന്ധങ്ങൾ എഴുതുകയുമുണ്ടായി.

എൽ. വി. ആറിന്റെ ഗ്രന്ഥശേഖരം അദ്ദേഹത്തിന്റെ അവകാശികൾ മഹാരാജാസ് കോളേജിന് കൈമാറിയപ്പോൾ ആ ശേഖരത്തിൽ നാന്നൂറിലധികം ഭാഷകളിലുള്ള ബൈബിൾ പരിഭാഷകൾ ഉണ്ടായിരുന്നുവെന്നു പറഞ്ഞല്ലോ. ആ ബൈബിളുകളെയാണ് ലോകഭാഷകൾ പഠിച്ചെടുക്കാനായി എൽ. വി. ആർ. തെരഞ്ഞെടുത്തത് എന്നതും ശ്രദ്ധിക്കേണ്ട വസ്തുതയാണ്. എത്ര ഔചിത്യപൂർവ്വമായ തെരഞ്ഞെടുപ്പ്!

ജർമ്മനിയുടെ പ്രിയ രാംസെ

ഇംഗ്ലീഷിൽ മാത്രമല്ല മറ്റു യൂറോപ്യൻഭാഷകളിലും എൽ. വി. ആർ. ലേഖനമെഴുതിയിരുന്നു. പക്ഷെ, അത് മലയാളികൾ അറിഞ്ഞത് വളരെ വൈകിയാണെന്നു മാത്രം. അതിനിടയാക്കിയ സംഭവം ഇങ്ങനെ: മാക്സ്ബോൺ എന്ന ശാസ്ത്രജ്ഞൻ സി. വി. രാമന്റെ ക്ഷണം സ്വീകരിച്ച് ഇന്ത്യയിലേയ്ക്കു തിരിച്ചു. ക്വാണ്ടം ഭൗതികത്തിൽ ഗവേഷണം നടത്തി പിൽക്കാലത്ത് നോബൽസമ്മാനം നേടിയ ആളാണദ്ദേഹം. 1932 ൽ മാക്സ്ബോൺ കൊച്ചിയിൽ കപ്പലിറങ്ങി. അദ്ദേഹത്തെ സ്വീകരിക്കാനും മഹാരാജാസിലേയ്ക്ക് കൂട്ടിക്കൊണ്ടുവരാനും പ്രിൻസിപ്പൽ ചുമതലപ്പെടുത്തിയത് എൽ. വി. ആറിനെയാണ്. എൽ. വി. ആർ. അതിനു പ്രാപ്തനാണോ എന്ന കാര്യത്തിൽ പ്രിൻസിപ്പലിന് ഒട്ടും ആശങ്കയുണ്ടായിരുന്നില്ല. മഹാരാജാസ് കോളേജിലെത്തിയ മാക്സ്ബോണിനെ ആദരിക്കുന്നതിനുവേണ്ടി അവർ യോഗം വിളിച്ചുകൂട്ടി. ഈ കൂട്ടായ്മയിൽ എൽ. വി. ആർ. പ്രസംഗിച്ചത് സ്ഫുടമായ ജർമ്മൻ ഭാഷയിൽ. മാക്സ്ബോൺ ശരിക്കും അത്ഭുതപ്പെട്ടുപോയി. . രാംസെ എന്ന പേരിൽ ജർമ്മൻമാസികകളിൽ ലേഖനമെഴുതുന്നത് എൽ. വി. ആറാണെന്ന് അദ്ദേഹത്തിനു ബോധ്യപ്പെട്ടു. ഇക്കാര്യം മാക്സ്ബോൺ സദസ്സിനു മുമ്പിൽ വെളിപ്പെടുത്തി. മാക്സ്ബോൺ എൽ. വി. ആറിനെ ആശ്ലേഷിക്കുകയും ജർമ്മനിയുടെ സ്നേഹം അറിയിക്കുകയും ചെയ്തു. മഹാരാജാസിലെ അധ്യാപകരും വിദ്യാർത്ഥികളും അദ്ഭുതത്തോടെയും അങ്ങേയറ്റം ആനന്ദത്തോടെയുമാണ് ഈ ചടങ്ങിനു സാക്ഷിയായത്. അങ്ങനെ മലയാളിയായ രാംസെ എന്ന ജർമ്മൻ എഴുത്തുകാരൻ മലയാളിക്ക് സുപരിചിതനായി.

ചരിത്രം
രേഖപ്പെടുത്താത്ത സത്യം

മഹാരാജാസ് കോളേജിൽ അക്കാലത്ത് ഒരു വയർലെസ് സെറ്റ് സ്ഥാപിക്കപ്പെട്ടു. ഈ വയർലെസ് സെറ്റിലൂടെ ലഭിച്ചിരുന്ന ലോകവാർത്തകൾ കൊച്ചിദിവാനെ അറിയിച്ചിരുന്നത് എൽ. വി. ആർ. ആയിരുന്നു. *മഹാരാജാസിന് പ്രണയപൂർവ്വം*(2000) എന്ന പേരിൽ മഹാ രാജാസിലെ ഓൾഡ് സ്റ്റുഡന്റ്സ് അസോസിയേഷൻ ഒരു പുസ്തകം പ്രസിദ്ധീകരിക്കുകയുണ്ടായി. രവി കുറ്റിക്കാട് ആണ് ഇതിന്റെ എഡിറ്റർ. ഈ പുസ്തകത്തിൽ എൽ. വി. ആറിനെ ഇങ്ങനെ ഓർക്കുന്നുണ്ട്: "മാസങ്ങൾ പിന്നിട്ടപ്പോൾ വയർലെസ് സെറ്റു മൂളി. ജർമൻഭാഷയിലെ സന്ദേശം ആവർത്തിച്ചാവർത്തിച്ചു മുഴങ്ങി. അതെന്താണെന്നറിയാൻ രാമചന്ദ്രഅയ്യർക്കു ജിജ്ഞാസ. അദ്ദേഹം ഇംഗ്ലീഷ് ഡിപ്പാർട്ട്മെന്റി ലേയ്ക്കു കുതിച്ചു. അവിടെ ബഹുഭാഷാപണ്ഡിതനായ എൽ. വി. രാമ സ്വാമിഅയ്യരുണ്ട്. ഒരു ഫ്രഞ്ച് നോവൽ വായനയിലാണ്. കേട്ടപ്പോൾ അദ്ദേഹത്തിന് ഉത്സാഹമായി. രണ്ട് അയ്യർമാരും ഫിസിക്സ് ലാബിലേയ്ക്കു കുതിച്ചു. ജർമൻഭാഷയിലെ വയർലസു സന്ദേശം എൽ. വി. ആർ. വ്യാ ഖ്യാനിച്ചു. 'ഹിറ്റ്ലർ സോവിയറ്റുയൂണിയൻ ആക്രമിച്ചു'. ഈ വാർത്ത കൊച്ചിരാജ്യത്ത് ആദ്യമായി ലഭിച്ചത് മഹാരാജാസ് കോളേജിലെ വയർലെസുസെറ്റിൽ നിന്നായിരുന്നു എന്ന കാര്യം ചരിത്രം രേഖപ്പെ ടുത്താത്ത ഒരു അധ്യായം." ഹിറ്റ്ലർ സോവിയറ്റുയൂണിയൻ ആക്രമിച്ച വാർത്ത കേരളത്തിൽ ആദ്യമറിഞ്ഞതും എൽ. വി. ആർ. തന്നെ.

നടക്കാതെ പോയ മോഹം

പിഎച്ച്. ഡി. ബിരുദമെടുക്കാൻ എൽ. വി. ആറിന് ആഗ്രഹമുണ്ടായിരുന്നെങ്കിലും പല സാഹചര്യങ്ങളാലും അതു നടന്നില്ല. ഇക്കാര്യത്തിൽ അദ്ദേഹത്തിന് വിഷമം ഇല്ലാതിരുന്നില്ല. അക്കാലത്ത് പല യൂറോപ്യൻ രാജ്യങ്ങളുടെയും സർവ്വകലാശാലകളിൽ സമർപ്പിക്കപ്പെട്ട ഗവേഷണപ്രബന്ധങ്ങൾ മൂല്യനിർണയം ചെയ്യാൻ എൽ. വി. ആറിന്റെ അടുത്തേയ്ക്ക് അയച്ചുകൊടുത്തിരുന്നു എന്നു കേൾക്കുമ്പോൾ അതിശയോക്തി ആണെന്നു തോന്നാം. എന്നാൽ ഇതിനു തെളിവുണ്ട്. "പ്രിയപ്പെട്ട രാമസ്വാമീ, ഞങ്ങളുടെയെല്ലാം ഗവേഷണപ്രബന്ധങ്ങൾ മൂല്യനിർണയം ചെയ്യാൻ ഞങ്ങളെല്ലാം താങ്കൾക്കല്ലേ അയക്കുന്നത്. പിന്നെന്തിനാണ് താങ്കൾ പിഎച്ച്. ഡി. ബിരുദത്തെക്കുറിച്ചോർത്ത് ഉത്കണ്ഠപ്പെടുന്നത്" ("Dear Ramaswami, you know we are all sending our Ph.D thesis to you for evaluation. Then why do you bother about Ph.D?") എന്ന് ഫ്രഞ്ച് ഭാഷാപണ്ഡിതനായ സിൽവൻ ലെബി എൽ. വി. ആറിന് കത്തെഴുതിയിരുന്നു. വിവിധ മേഖലകളിൽ വ്യക്തിമുദ്ര പതിപ്പിക്കുന്നവർക്ക് ഡോക്ടർ ബിരുദം സമർപ്പിക്കുന്ന ഏർപ്പാടും അന്നുണ്ടായിരുന്നില്ല. ഉണ്ടായിരുന്നെങ്കിൽ, കേരളം മറന്നാലും യൂറോപ്യൻ സർവ്വകലാശാലകളോ ഏതെങ്കിലും ഇന്ത്യൻസർവ്വകലാശാലകളോ അതു ചെയ്യുമായിരുന്നു.

മരണത്തിലും ഒരുമിച്ച്

നമ്മുടെ രാഷ്ട്രപിതാവായ മഹാത്മാഗാന്ധിയോട് എൽ. വി. ആറിന് തികഞ്ഞ ആദരവാണ്. അക്കാലത്ത് നോബൽസമ്മാനജേതാവായ റൊമൈൻ റൊളാങ്ങ് ഗാന്ധിജിയുടെ ജീവചരിത്രം ഫ്രഞ്ചിൽ എഴുതുകയുണ്ടായി. ഇതിനെ ഇംഗ്ലീഷിലേയ്ക്ക് വിവർത്തനം ചെയ്യുകയാണെങ്കിൽ യൂറോപ്യന്മാർക്ക് ഗാന്ധിജിയെ കുറേക്കൂടി അടുത്തറിയാൻ സാധിക്കുമെന്ന് എൽ. വി. ആറിനു തോന്നി. അത് തന്റെ കടമയാണെന്നതിൽ അദ്ദേഹത്തിന് സംശയമുണ്ടായിരുന്നില്ല. ഒട്ടും താമസിച്ചില്ല. ഇതിന്റെ മൊഴിമാറ്റം തുടങ്ങി. കുറഞ്ഞ സമയം കൊണ്ട് ഏറ്റവും നന്നായിത്തന്നെ അത് നിർവ്വഹിച്ചു. 1923-ലെ ബെസ്റ്റ്സെല്ലർ പദവി നേടിയത് ഈ പുസ്തകമാണ്. പ്രസാധകർ കുറഞ്ഞ സമയംകൊണ്ട് കണക്കറ്റ ലാഭം കൊയ്യുകയും എൽ. വി. ആർ. ഒറ്റയടിയ്ക്ക് പ്രസിദ്ധനാവുകയുമുണ്ടായി. എൽ. വി. ആറിന്റെ തന്നെ വാക്കുകൾ നമുക്ക് കടമെടുക്കാം. “It brought instant publicity to the translator and instant money to the publisher.” ഗാന്ധിജിയോടൊപ്പം എൽ. വി. ആറും ഇംഗ്ലീഷുകാർക്കിടയിൽ പരിചിതനായി എന്നു ചുരുക്കം.

ഗാന്ധിജിയും എൽ. വി. ആറും തമ്മിൽ മറ്റൊരു കാര്യത്തിലും സമാനതയുണ്ട്. 1948 ജനുവരി 30 നാണല്ലോ ഗാന്ധിജി ഗോഡ്സെയുടെ വെടിയേറ്റു മരിച്ചത്. തൊട്ടടുത്ത ദിവസമായ ജനുവരി 31-ന് എൽ. വി. ആറും ഈ ലോകത്തോടു യാത്ര പറഞ്ഞു. മരണത്തിലും അവർ ഒരുമിക്കുകയായിരുന്നു.

എൽ. വി. ആർ. എന്ന കടങ്കഥ

മഹാരാജാസ് കോളേജിലെ മികച്ച അധ്യാപകനായി പേരെടുത്തു എൽ. വി. ആർ. എന്നാൽ അതു മാത്രമായിരുന്നില്ല അദ്ദേഹത്തിന്റെ കർമ്മരംഗം. അക്കാലത്ത് അദ്ദേഹം ഭാഷാഗവേഷകൻ എന്ന നിലയിൽ അന്താരാഷ്ട്രപ്രശസ്തി നേടി. ഭാഷയെക്കുറിച്ചുള്ള ആഴമേറിയ പഠനങ്ങളിൽ മുഴുകി. വൈകാതെതന്നെ ലോകഭാഷകളുടെ പഠനത്തിനും ഭാഷാശാസ്ത്രമേഖലയിൽ അത്യഗാധമായ വിജ്ഞാനനിർമ്മിതിക്കുമായി അദ്ദേഹം സമയം കണ്ടെത്തി. തീവ്രമായ ആഗ്രഹവും അതിനുവേണ്ടിയുള്ള അശ്രാന്തപരിശ്രമവും ഉണ്ടെങ്കിൽ നമ്മൾ അതായിത്തീരുകതന്നെ ചെയ്യും. സ്വജീവിതംകൊണ്ട് എൽ. വി. ആർ. അത് തെളിയിക്കുകയായിരുന്നു.

എൽ. വി. ആർ. ഭാഷ പഠിക്കാനുറച്ചു. സ്വന്തം ഭാഷയായ മലയാളവും പഠനഭാഷയായ ഇംഗ്ലീഷും അയൽഭാഷയായ തമിഴും പഠിച്ചു. എന്നാൽ അവിടെ നിർത്തിയില്ല. അദ്ദേഹം ഭാഷ പഠിച്ചു എന്നല്ല പറയേണ്ടത്. പഠിച്ചുകൊണ്ടേയിരുന്നു എന്നാണ്. അദ്ദേഹം കൈകാര്യം ചെയ്ത ഭാഷകളുടെ എണ്ണവും വൈവിധ്യവും കണ്ടാൽ നമ്മൾ ഞെട്ടിപ്പോവും. ജർമ്മൻ, ഫ്രഞ്ച്, ഗ്രീക്ക്, ലാറ്റിൻ, ടിബറ്റൻ, ചൈനീസ്, ജാപ്പനീസ്, മലയ, ഇംഗ്ലീഷ്, ഇറ്റാലിയൻ, റഷ്യൻ, സ്പാനിഷ്, പോർച്ചുഗീസ്, ഡച്ച്, ചെക്ക്, ലിത്വാനിയൻ തുടങ്ങിയ വിദേശഭാഷകളിലും മലയാളം, തമിഴ്, തെലുങ്ക്, കന്നട, തുളു, കുയി, ബ്രാഹുയി, ഗോണ്ഡി, കൊടക് തുടങ്ങിയ ദ്രാവിഡഭാഷകളിലും മറാഠി, ഹിന്ദി, സംസ്കൃതം, ചാന്ദാലി, ഒറിയ, ബംഗാളി തുടങ്ങിയ ഉത്തരേന്ത്യൻഭാഷകളിലും എൽ. വി. ആറിന് അവഗാഹമുണ്ടായിരുന്നു.

ഭാഷാപഠനത്തിലും ഭാഷാഗവേഷണത്തിലും എൽ. വി. ആർ. ഒരു കടങ്കഥ തന്നെയാണെന്ന് ആർക്കും തോന്നാം. അങ്ങനെ തോന്നുന്നതിൽ തെറ്റുമില്ല. പക്ഷേ ഇതിനൊക്കെ തെളിവുണ്ടെന്നോർക്കണം. അദ്ദേഹത്തിന്റെ ലേഖനങ്ങളിൽ കാണുന്ന വ്യത്യസ്തഭാഷകളിൽനിന്നുള്ള ഉദ്ധരണികൾ തന്നെ ഇതിനൊക്കെ തെളിവ്. ദുരൂഹമായ ആ കടങ്കഥയുടെ ഉത്തരം തേടി മറ്റെങ്ങും പോകേണ്ടതില്ല. എൽ. വി. ആറിന്റെ മരണശേഷം മഹാരാജാസ് കോളേജിന്റെ ലൈബ്രറിയിലെത്തിയ അദ്ദേഹത്തിന്റെ ഗ്രന്ഥശേഖരം ആ ഉത്തരം പറഞ്ഞുതരും. അനേകമനേകം ഭാഷകളുടെ വ്യാകരണങ്ങളും നിഘണ്ടുക്കളും അനവധി ബൈബിൾ ഗ്രന്ഥങ്ങളും ആണ് അക്കൂട്ടത്തിൽ പ്രധാനം. പഠിച്ച ഭാഷകളൊക്കെ ബൈബിൾ പരിഭാഷകൾ ഉപയോഗിച്ച് ഉറപ്പിക്കുന്ന ശീലം അദ്ദേഹം വളർത്തിയെടുത്തു. 463 ബൈബിളുകളിലൂടെ അനവധി ഭാഷകൾ ചിട്ടയായി അദ്ദേഹം പഠിച്ചെടുക്കുകയായിരുന്നു. കുട്ടിക്കാലം മുതലേ അദ്ദേഹം ബൈബിളുകൾ ശേഖരിക്കാൻ തുടങ്ങിയിരുന്നു. ഭാഷാപഠനത്തിൽ മകനുള്ള അഭിരുചി നേരത്തെതന്നെ തിരിച്ചറിഞ്ഞ വിശ്വനാഥയ്യർ എല്ലാ അർത്ഥത്തിലും രാമസ്വാമിയെ പ്രോത്സാഹിപ്പിക്കാൻ മടിച്ചില്ല.

വിദേശികളും കപ്പൽസഞ്ചാരികളും വ്യത്യസ്ത ആവശ്യങ്ങൾ നിറവേറ്റുന്നതിനുവേണ്ടി കൊച്ചിയിലെത്തിയാൽ എൽ. വി. ആറിനെ അന്വേഷിച്ചു ചെല്ലും. എൽ. വി. ആർ. എന്തെങ്കിലും വ്യാപാരതാൽപര്യമുള്ള ആളായിരുന്നില്ല. എങ്കിലും വിദേശവ്യാപാരികൾ മഹാരാജാസിലെത്തി അദ്ദേഹത്തെ കാണാൻ മറക്കില്ല. കാരണം അവർക്ക് സ്വന്തം ഭാഷയിൽ സംസാരിക്കുന്നതിലുള്ള ആഹ്ലാദവും കാര്യം നടക്കാനുള്ള എളുപ്പവും തന്നെ.

ഇറ്റാലിയൻഭാഷ അദ്ദേഹത്തിന് നന്നായറിയാമായിരുന്നു എന്നു മാത്രമല്ല ഇറ്റാലിയൻ പദങ്ങളുടെ ഉച്ചാരണവും കൃത്യമായി അറിയാമായിരുന്നു. മഹാരാജാസ് കോളേജിലെ പ്രിൻസിപ്പലായിരുന്ന പി. എസ്. വേലായുധൻ *എന്റെ ജീവിതപഥങ്ങൾ* എന്ന പേരിൽ ഒരു ആത്മകഥ എഴുതിയിട്ടുണ്ട്. ഇതിൽ എൽ. വി. ആറിന്റെ ഇറ്റാലിയൻഭാഷാപരിജ്ഞാനത്തിലേക്ക് വെളിച്ചം വീശുന്ന ഒരു സംഭവം അദ്ദേഹം രേഖപ്പെടുത്തിയതായി കാണാം: "ഇറ്റലിയെക്കുറിച്ച് ഞാൻ പുസ്തകമെഴുതിയപ്പോൾ ആ നാട്ടിലെ പേരുകളുടെ ഉച്ചാരണം ശരിയായി രേഖപ്പെടുത്താൻ എന്നെ സഹായിച്ചത് ഇറ്റാലിയൻഭാഷകൂടി അറിയാമായിരുന്ന

രാമസ്വാമിഅയ്യരാണ്. പ്രഗല്ഭനായ ആ അധ്യാപകന്റെ പ്രസംഗം അമൃതവർഷം പോലെയാണ് കുട്ടികൾ ശ്രവിച്ചത്. അദ്ദേഹത്തെപ്പോലെ പ്രാഗത്ഭ്യമുള്ള പ്രൊഫസറെ എന്റെ ജീവിതത്തിൽ വേറെ കണ്ടിട്ടില്ല.'

,

മുറ്റത്തെ മുല്ല

അന്താരാഷ്ട്രഭാഷാശാസ്ത്രരംഗത്ത് എൽ. വി. ആറിനെപ്പോലെ പ്രശസ്തി സമ്പാദിച്ച കേരളീയൻ വേറെയില്ല. എന്നാൽ അർഹിക്കുന്ന അംഗീകാരത്തിന്റെ ഒരു ശതമാനം പോലും അദ്ദേഹത്തിന് സ്വന്തം നാട്ടിൽ ലഭിച്ചില്ല എന്നുവേണം പറയാൻ. മഹാരാജാസിൽ അക്കാലത്തുണ്ടായിരുന്ന അധ്യാപകരിൽ മലയാളവിഭാഗത്തിലുണ്ടായിരുന്ന സി. എൽ. ആന്റണിയാണ് അദ്ദേഹത്തെ അറിഞ്ഞാദരിച്ച ഒരാൾ. "മഹാരാജാസിലെത്തന്നെ പ്രൊഫസറായിരുന്ന എൽ. വി. രാമസ്വാമിഅയ്യരുടെ പക്ഷക്കാരനായിരുന്നു എല്ലാ കാര്യത്തിലും ആന്റണി മാസ്റ്റർ'' എന്ന് ഭാഷാപ്രതിഭ *സി. എൽ. ആന്റണി* എന്ന ജീവചരിത്രകൃതിയിൽ ഡോ. ഷൊർണ്ണൂർ കാർത്തികേയൻ രേഖപ്പെടുത്തിയിട്ടുണ്ട്. ബഹുഭാഷാപാണ്ഡിത്യം കൊണ്ടും ഗവേഷണതപസ്യ കൊണ്ടും സമകാലികരായ ഭാഷാശാസ്ത്രജ്ഞരെയെല്ലാം വിസ്മയം കൊള്ളിച്ച എൽ. വി. ആർ. പക്ഷെ, സ്വന്തം നാട്ടിൽ അജ്ഞാതനായിരിക്കുന്നത് തികച്ചും വിചിത്രമാണെന്ന് സി. എൽ. ആന്റണി ഒരിക്കൽ അഭിപ്രായപ്പെടുകയുണ്ടായി.

എൽ. വി. ആറിനെക്കുറിച്ച് തമിഴിൽ വന്ന ഒരു ലേഖനത്തിന്റെ ശീർഷകം *മുറ്റത്തുമുല്ലൈക്കുമണമില്ലൈ* എന്നാണ്. എഴുതിയത് അണ്ണാമലൈ യൂണിവേഴ്സിറ്റിയിലെ പ്രൊഫസറായിരുന്ന എ. കാമാച്ചിനാതൻ. ഇതൊരു മലയാളപഴമൊഴിയാണ്; തമിഴപഴമൊഴിയല്ല എന്നോർക്കണം.

ജേണൽ ഓഫ് അണ്ണാമലൈ യൂണിവേഴ്സിറ്റിയുടെ മുപ്പത്തിയൊമ്പതാമത്തെ ലക്കത്തിൽ കാമാച്ചിനാതൻ ഇങ്ങനെ അനുസ്മരിക്കുന്നുണ്ട്: "1940 കളിൽ കൊച്ചിനഗരത്തിലെ ഒരു പ്രഭാതം. ബോംബെ

യൂണിവേഴ്സിറ്റിയിൽനിന്ന് ഒരു വിദ്യാർത്ഥി കുറച്ചധികം പുസ്തക ങ്ങളുമായി എക്സ്പ്രസ് ട്രെയിനിന് എറണാകുളത്തെത്തി. സ്റ്റേഷനു പുറത്തുനിന്ന് റിക്ഷാക്കാരനെ വിളിച്ചു. 'ഹോസ്പിറ്റൽ റോഡിലേക്ക്' എന്നു പറഞ്ഞു. യാത്രക്കാരന്റെ കയ്യിലെ പുസ്തകക്കെട്ടുകൾ ശ്രദ്ധിച്ച റിക്ഷാക്കാരൻ 'ഓ! ആ പതിനെട്ടുഭാഷാക്കാരന്റെ വീട്ടിലേക്കാണോ?' എന്നു ചോദിച്ചു. ഇതുകേട്ട വിദ്യാർത്ഥി അമ്പരന്നുപോയി.'' ഇവിടെ പരാമർശിക്കപ്പെട്ട പതിനെട്ടുഭാഷാക്കാരൻ മറ്റാരുമല്ല. എൽ. വി. ആർ. തന്നെ; വിദ്യാർത്ഥി എ. സി. ശേഖറും. ശാസനങ്ങളെ അധികരി ച്ച് മലയാളഭാഷാ ചരിത്രപഠനം നടത്തിയവരിൽ പ്രധാനിയാണ് എ. സി. ശേഖർ. എ. ചന്ദ്രശേഖർ എന്നാണദ്ദേഹത്തിന്റെ മുഴുവൻ പേര്. *ദ എവല്യൂഷൻ ഓഫ് മലയാളം* എന്ന ശേഖറിന്റെ കൃതി ഈ രംഗത്തുണ്ടായ ശ്രദ്ധേയമായ സംഭാവനയാണ്. പ്രസ്തുത ഗ്രന്ഥത്തിന്റെ രചനയിൽ എൽ. വി. ആർ. തന്നെ സഹായിച്ചതായി എ. സി. ശേഖർ അതിന്റെ മുഖവുരയിൽ സൂചന നൽകിയിട്ടുണ്ട്. അന്ന് ശിഷ്യനാകാനെത്തിയ എ. സി. ശേഖറിനു കിട്ടിയ അംഗീകാരത്തിന്റെ ചെറിയൊരംശം പോലും മലയാളദേശത്ത് എൽ. വി. ആറിനു കിട്ടുകയുണ്ടായില്ല.

തങ്ങൾക്കാവശ്യമില്ലാത്ത എന്തൊക്കെയോ കാര്യങ്ങൾ വായിച്ചും പഠിച്ചും കൂട്ടുന്ന ആൾ എന്ന മനോഭാവത്തോടെയാണ് നാട്ടുകാർ അദ്ദേ ഹത്തെ കണ്ടത് എന്നതിന് ഈ സംഭവം മതിയായ തെളിവാണ്. എൽ. വി. ആറിന് പതിനെട്ടു ഭാഷകൾ അറിയാമായിരുന്നു എന്ന കാര്യത്തിൽ കൊച്ചിയിലെ സാധാരണക്കാർക്കു പോലും സംശയമുണ്ടായിരുന്നില്ല. പക്ഷെ, അതൊരു അംഗീകാരമേ ആയിരുന്നില്ല എന്നതിനും ഈ സംഭവം തെളിവാണ്.

മലയാളികളിൽനിന്ന് അകറ്റിയ ഘടകങ്ങൾ

എൽ. വി. ആറിന്റെ രചനകൾ മലയാളികൾ ശ്രദ്ധിക്കാതിരുന്നതിന് പ്രധാനമായും രണ്ട് കാരണങ്ങളാണുള്ളത്. ഒന്നാമത്തെ കാരണം അവയിൽ പലതും വെളിച്ചം കണ്ടത് വിദേശമാഗസിനുകളിലും കേരളത്തിനു പുറത്തുള്ള ആനുകാലികങ്ങളിലുമായിരുന്നു എന്നതാണ്. രണ്ടാമത്തെ കാരണം ഭാഷയാണ്. മലയാളം നന്നായി അറിയാമായിരുന്ന എൽ. വി. ആർ. കൃതികളും ലേഖനങ്ങളും എഴുതിയത് ഇംഗ്ലീഷിലും മറ്റു വിദേശഭാഷകളിലുമാണ്. മലയാളത്തിലുള്ള അദ്ദേഹത്തിന്റെ ചില രചനകൾ കണ്ടുകിട്ടിയിട്ടുണ്ടെങ്കിലും അവയൊന്നും ഗഹനമായ ഭാഷാശാസ്ത്രപഠനങ്ങളല്ല. ചെറുകഥകളും മൊഴിമാറ്റങ്ങളുമൊക്കെയാണ്. ഈ പ്രശ്നത്തെ ഉള്ളൂർ ഇങ്ങനെ രേഖപ്പെടുത്തിയിട്ടുണ്ട്: "ഒരു കാര്യം ശ്രീ. രാമസ്വാമിഅയ്യരുടെ ശ്രദ്ധയ്ക്കു വിഷയീഭവിപ്പിക്കണമെന്നു വിചാരിക്കുന്നു. അദ്ദേഹം തന്റെ ഭാഷാശാസ്ത്ര ഗ്രന്ഥങ്ങളെല്ലാം ഇംഗ്ലീഷിലാണ് എഴുതി പ്രസിദ്ധീകരിക്കുന്നത്. അങ്ങനെ ചെയ്യേണ്ടത് ആവശ്യമാണെന്നു സമ്മതിക്കുന്നു. അല്ലെങ്കിൽ മലയാളത്തെപ്പറ്റി മലയാളികൾ അല്ലാത്തവർക്ക് യാതൊരു അറിവും ഉണ്ടാകുവാൻ മാർഗമില്ലല്ലോ. എന്നാൽ അതോടുകൂടിത്തന്നെ അദ്ദേഹം ആ പുസ്തകങ്ങളെ കൈരളിയിൽക്കൂടി പരാവർത്തനം ചെയ്യുവാൻ ശ്രമിയ്ക്കേണ്ടതാണ്. എങ്കിലേ അവകൊണ്ട് അദ്ദേഹം ഉദ്ദേശിക്കുന്ന പ്രയോജനം പരിപൂർണമായി സിദ്ധിക്കുകയുള്ളൂ."

ഇത് ഒറ്റപ്പെട്ട ഒരു അഭിപ്രായമായിരുന്നില്ല. ഗഹനമായ ഭാഷാശാസ്ത്രപഠനങ്ങളായതിനാൽ അത്ര പെട്ടെന്നൊന്നും മൊഴിമാറ്റത്തിനു

വഴങ്ങിത്തരുന്നവയല്ല എൽ. വി. ആറിന്റെ രചനകൾ. ഇംഗ്ലീഷ്ഭാഷയെ അനായാസമായ വൈഭവത്തോടെ ഉപയോഗിക്കാനുള്ള അദ്ദേഹത്തിന്റെ കഴിവ് കുട്ടിക്കാലത്തേ അംഗീകരിക്കപ്പെട്ടതാണല്ലോ. മലയാളം, ഇംഗ്ലീഷ്, ഭാഷാശാസ്ത്രം എന്നീ മൂന്നു മേഖലകളിലും സാമാന്യമായെങ്കിലും ധാരണയുള്ളവർക്കേ അദ്ദേഹത്തിന്റെ മലയാളഭാഷാശാസ്ത്രസംബന്ധിയായ രചനകളുടെ ആഴത്തിലേക്ക് ചെല്ലാൻ സാധിക്കൂ. അന്താരാഷ്ട്രതലത്തിലുള്ള ഒരു അക്കാദമിക സമൂഹത്തെയാണല്ലോ എൽ. വി. ആർ. അഭിമുഖീകരിച്ചത്. അതുകൊണ്ടുതന്നെ എഴുത്തുകൾ ഗഹനങ്ങളായതിൽ അത്ഭുതമില്ല.

മലയാളഭാഷ അന്താരാഷ്ട്രതലത്തിൽ ചർച്ച ചെയ്യപ്പെടണം എന്ന ആഗ്രഹം കൊണ്ടായിരിക്കാം എൽ. വി. ആർ. ഇംഗ്ലീഷിൽ പഠനങ്ങളെഴുതിയത്. എന്നാൽ മലയാളികൾക്കവ വേണ്ടവിധം പ്രയോജനപ്പെട്ടുത്താനായില്ല. എൽ. വി. ആർ. അവർക്കെന്നും അപ്രാപ്യനായിത്തന്നെ തുടർന്നു. ജന്മനാട്ടിൽ അംഗീകാരം കിട്ടാത്തതിന്റെ വിഷമം അദ്ദേഹം നന്നായി അനുഭവിച്ചിരുന്നെങ്കിലും മലയാളത്തിൽ പഠനങ്ങളെഴുതി ഈ പ്രശ്നത്തെ മറികടക്കാൻ തന്റെ ജീവിതകാലയളവിൽ അദ്ദേഹം ശ്രമിച്ചതേയില്ല. എൽ. വി. ആറിനെ മലയാളികളിൽനിന്ന് അകറ്റിയ മറ്റൊരു കാരണം മലയാളികൾക്കുണ്ടായിരുന്നു എന്നു പറയപ്പെടുന്ന 'അയ്യർവിരോധ'മാവാം എന്നും അഭിപ്രായമുണ്ട്.

പടിക്കു പുറത്ത്

കേരളത്തിൽ ആദ്യമായി ഒരു സർവ്വകലാശാലയുണ്ടാകുന്നത് 1936 ലാണ്. തിരുവിതാംകൂർ യൂണിവേഴ്സിറ്റി. ദിവാൻ സർ സി. പി. രാമസ്വാമിഅയ്യരുടെ നേതൃത്വത്തിലാണ് അതുണ്ടായത്. ഇന്ന് തിരുവനന്തപുരത്തുള്ള കേരള സർവ്വകലാശാലയുടെ ആദ്യരൂപമാണിത്. അന്ന് രാഘവയ്യങ്കാരെയും വൈയാപുരിപ്പിള്ളയെയും തമിഴ് പാണ്ഡിത്യത്തിന്റെ പേരിൽ അദ്ദേഹം അവിടെ സ്ഥാനം നൽകി ആദരിച്ചു. ഏറെ ഭാഷകൾ അറിവുള്ള ആളും തമിഴ്-സംസ്കൃത-മലയാളങ്ങളിൽ കൃതഹസ്തനുമായ ഒരു രാമസ്വാമിഅയ്യർ അപ്പോൾ പ്രസിദ്ധനായ അധ്യാപകനായി കൊച്ചിയിൽ ഉണ്ടായിരുന്നു. പക്ഷെ, തിരുവിതാംകൂർ സർവ്വകലാശാലയിൽ അദ്ദേഹത്തിന് ഒരു സ്ഥാനവും നൽകിയില്ല. ആ സർവ്വകലാശാലയിൽ തമിഴിനും സംസ്കൃതത്തിനും സ്ഥാനം കിട്ടി. പാവം മലയാളം സ്വദേശത്തെ സർവ്വകലാശാലക്കു പുറത്ത് ചുറ്റിക്കറങ്ങി നിൽക്കേണ്ടിവന്നു. മഹാകവി ഉള്ളൂരിന് എൽ. വി. ആറിനെ നന്നായി അറിയാമായിരുന്നു. ഭരണതലത്തിലും സർവ്വകലാശാലാതലത്തിലും സ്വാധീനമുണ്ടായിരുന്ന മഹാകവിയും ഈ പ്രതിഭാശാലി സർവ്വകലാശാലയിൽ വേണമെന്നു കരുതിയില്ല.

തിരുവിതാംകൂറിലെയും കൊച്ചിയിലെയും കോളേജുകളുടെ മാതൃസ്ഥാനത്തുള്ള മദിരാശി സർവ്വകലാശാലയിൽ 1930 കളിൽ പൗരസ്ത്യ ഭാഷാവിഭാഗങ്ങൾ തുടങ്ങുകയുണ്ടായി. സംസ്കൃതത്തിനെന്നപോലെ തമിഴ്- തെലുങ്ക് ഭാഷകൾക്കും അവിടെ പഠന- ഗവേഷണ കേന്ദ്രങ്ങളുണ്ടായി. അപ്പോഴും മലയാളപഠന-ഗവേഷണത്തിന്റെ പേരിൽ എൽ. വി. ആറിനെ ആരും പരിഗണിച്ചില്ല. ഒരിക്കൽ മദിരാശി സർവ്വകലാശാലയിലെ ഗവേഷണപ്രസിദ്ധീകരണമായ ഓറിയന്റൽ റിസർച്ച്

ഇൻസ്റ്റിറ്റ്യൂട്ട് ജേണലിൽ ഒരു അരക്കോളത്തിൽ എൽ. വി. ആറിന്റെ സ്കെച്ച് ഓഫ് മലയാളം ഫൊണറ്റിക്സ് നിരൂപിക്കുകയുണ്ടായി. ഈ നിരൂപണത്തിൽ തുളുമ്പിനിന്നത് ഭാഷാശാസ്ത്രവിചാരമായിരുന്നില്ല; 'പട്ടർമലയാള'മാണിത് എന്ന പുച്ഛമായിരുന്നു.

ഇനിയും നിന്ദിക്കാനാവാത്ത വിധം

എൽ. വി. ആറിന്റെ മരണശേഷം അദ്ദേഹത്തിന്റെ പുസ്തകശേഖരം അലമാരകളോടുകൂടിത്തന്നെ മഹാരാജാസ് കോളേജിലെത്തിയെന്ന് നേരത്തെ സൂചിപ്പിക്കുകയുണ്ടായി. ഇക്കാര്യം ഏറെ അദ്ഭുതത്തോടെ സി. എൽ. ആന്റണിയും എം. എൻ. വിജയനും എഴുതിയിട്ടുമുണ്ട്. എന്നാൽ ആ അമൂല്യനിധികളെ അതർഹിക്കുന്ന പ്രാധാന്യത്തോടെ കാണാൻ മഹാരാജാസിലെ അക്കാദമികലോകത്തിനു കഴിഞ്ഞോ? അധ്യാപകരും വിദ്യാർത്ഥികളും അവരവർക്ക് ആവശ്യമുള്ള പുസ്തകങ്ങൾ എടുത്തുകൊണ്ടുപോയി. അവയൊന്നും തിരിച്ചേൽപ്പിക്കാനുള്ള സന്മനസ്സു പോലും പലരും കാണിച്ചില്ല. ഫലത്തിൽ എൽ. വി. ആറിന്റെ പുസ്തകശേഖരം ഇന്ന് മഹാരാജാസിലില്ല. ഭാഷാസ്നേഹികൾക്ക് തികച്ചും വേദനാകരമാണിത്.

സി. എൽ. ആന്റണിയുടെ ശേഖരത്തിലുണ്ടായിരുന്ന എൽ. വി. ആറിന്റെ മുഴുവൻ ലേഖനങ്ങളും അദ്ദേഹം കേരള സാഹിത്യ അക്കാദമിയെ ഏൽപ്പിച്ചിരുന്നു. അനന്തരതലമുറ തീർച്ചയായും എൽ. വി. ആറിനെ തിരിച്ചറിയുമെന്ന് ദീർഘവീക്ഷണം ചെയ്ത ആന്റണി അവർക്കുവേണ്ടി കരുതിവെച്ച പൈതൃകസ്വത്തായിരുന്നു അത്. ആന്റണിയുടെ ശേഖരം കേരള സാഹിത്യ അക്കാദമിയിൽ ഉണ്ടെന്ന് ടി. ബി. വേണുഗോപാലപ്പണിക്കരും സൗമ്യ ബേബിയും അവരുടെ പഠനങ്ങളിൽ ഊന്നിപ്പറഞ്ഞിട്ടുമുണ്ട്. എന്നാൽ സി. എൽ. ആന്റണിയുടെ ശേഖരം എങ്ങനെയോ നഷ്ടപ്പെട്ടിട്ടുണ്ടെന്നാണ് കേരള സാഹിത്യ അക്കാദമിയിൽ പോയി അന്വേഷിച്ചപ്പോൾ അറിയാൻ കഴിഞ്ഞത്.

മലയാളഭാഷയെ അന്താരാഷ്ട്രതലത്തിൽ പ്രതിഷ്ഠിച്ച എൽ. വി. ആറിന് കേരളത്തിലെവിടെയും സ്മാരകമില്ല എന്നത് ശ്രദ്ധേയമാണ്.

എൽ. വി. ആർ. മരിച്ച് എട്ടു വർഷത്തിനകം സ്ഥാപിച്ച കേരള സാഹിത്യ അക്കാദമിയിൽ അദ്ദേഹത്തിന്റെ ചിത്രം സ്ഥാപിക്കപ്പെട്ടത് പിന്നെയും നാലു പതിറ്റാണ്ടു കഴിഞ്ഞാണ്. തൃശ്ശൂരുണ്ടായിരുന്ന ഭവനമാകട്ടെ, അവകാശികൾ വിറ്റുകളയുകയും ചെയ്തു. ഇപ്പോൾ അവിടെയുള്ളത് ഒരു പട്ടുകുറ്റൻ വ്യാപാരസ്ഥാപനമാണ്.

ഭാഗം രണ്ട്

എൽ. വി. ആർ.

മലയാളഭാഷാചരിത്രത്തിൽ

സാർവ്വലൗകികനായ ഭാഷാപണ്ഡിതൻ

"നാട്ടിലുള്ളവർക്കാർക്കും രാമസ്വാമിഅയ്യരുടെ മഹത്വമറിയില്ല. എന്നാൽ ചൈനയിലും ജപ്പാനിലും അമേരിക്കയിലും ഇംഗ്ലണ്ടിലുമെല്ലാം അദ്ദേഹം അറിയപ്പെടുകയും മാനിക്കപ്പെടുകയും ചെയ്തിട്ടുണ്ട്. അവരുടെയെല്ലാം ഭാഷകളിൽ അദ്ദേഹം ഗഹനമായ പ്രബന്ധങ്ങളെഴുതി പ്രസിദ്ധീകരിച്ചിരുന്നു എന്നതായിരുന്നു കാരണം" എന്ന് എം. എൻ. വിജയൻ ഒരിക്കൽ അഭിപ്രായപ്പെടുകയുണ്ടായി.

കൽക്കത്തയിലെ സുനീത്കുമാർ ചാറ്റർജി (എസ്. കെ. ചാറ്റർജി) യും പാരീസിലെ ഷൂൾ ബ്ലോക്കും ലണ്ടനിലെ ബറോയും കാലിഫോർണിയയിലെ എമിനോയും എൽ. വി. ആറിനെ അംഗീകരിക്കുകയും ആദരിക്കുകയും ചെയ്തിരുന്നു. എന്നാൽ അദ്ദേഹം ജീവിച്ചിരുന്നപ്പോൾ എപ്പോഴെങ്കിലും മലയാളികൾ അദ്ദേഹത്തെ ഭാഷാപണ്ഡിതനായി ഗണിച്ചിരുന്നുവോ? മരണാനന്തരം മതിയാംവണ്ണം ഓർക്കുന്നുവോ? ഉത്തരം തൃപ്തികരമല്ല. മലയാളം ഐച്ഛികമായി പഠിക്കുന്നവർക്കു പോലും എൽ. വി. ആർ. എന്ന മൂന്നക്ഷരത്തിനപ്പുറം ഒന്നുമറിയാത്ത അവസ്ഥ ഏറെക്കുറെ നിലനിൽക്കുന്നുണ്ട്. തങ്ങൾക്ക് വിഷയമല്ലാത്ത എന്തൊക്കെയോ പഠിച്ചും അറിഞ്ഞും വെച്ചിട്ടുള്ള ഒരാൾ എന്നായിരുന്നത്രേ മഹാരാജാസിലെ അധ്യാപകരും വിദ്യാർത്ഥികളും അദ്ദേഹത്തെ മനസ്സിലാക്കിയിരുന്നത്. മഹാരാജാസിൽ അന്നുണ്ടായിരുന്ന അധ്യാപകരിൽ സി. എൽ. ആന്റണി ഒഴികെയുള്ള മിക്കവരും കേവലം 'പതിനെട്ടുഭാഷാക്കാരനാ'യി മാത്രമാണ് അദ്ദേഹത്തെ കണ്ടിരുന്നത്.

കപ്പലൊടിഞ്ഞ് കരയിലടുക്കുന്നവരോടു മാത്രമല്ല കോളേജ് സന്ദർശി ക്കാനെത്തുന്ന വിദേശികളോടും യൂറോപ്യൻ സർവ്വകലാശാലകളിൽ നിന്നെത്തുന്ന പ്രൊഫസർമാരോടും വിവരങ്ങൾ ചോദിച്ചറിയാൻ എൽ. വി. ആറുണ്ടെങ്കിൽ മറ്റൊരു പരിഭാഷകനെ തേടേണ്ടതില്ലല്ലോ എന്ന ആദരവ് മാത്രമാണ് പലരും അദ്ദേഹത്തോട് പുലർത്തിയിരുന്നത്.

1955 ന ശേഷം പൂന ആസ്ഥാനമാക്കിയ പ്രവർത്തനം ഭാഷാശാ സ്ത്രത്തിനുണ്ടാക്കിയ പുതിയ കുതിപ്പിനുശേഷമാണ് ഇന്ത്യൻ ഭാഷാശാ സ്ത്രരംഗത്തു തന്നെയും അദ്ദേഹം അറിയപ്പെട്ടു തുടങ്ങിയത്. എന്നാൽ ജീവിച്ചിരിയ്ക്കെത്തന്നെ കൽക്കത്തയിലെ സുനീത്കുമാർ ചാറ്റർജിയ്ക്ക് അദ്ദേഹത്തെ മതിപ്പായിരുന്നു. ഇതിന് കാരണവുമുണ്ട്. സ്കൂൾ അധ്യാപ കനായിരുന്നപ്പോൾത്തന്നെ ധ്വനി, ഉച്ചാരണം തുടങ്ങിയ വിഷയങ്ങ ളിൽ എൽ. വി. ആർ. മറ്റുള്ള അധ്യാപകർക്കുവേണ്ടി സെമിനാറുകൾ സംഘടിപ്പിച്ചിരുന്നു. ഇതിന്റെ നടത്തിപ്പിനായി കൊച്ചി സർക്കാരിന്റെ പ്രത്യേക അനുമതിയും വാങ്ങിയിരുന്നു. വിഷയം ധ്വനിയും ഉച്ചാര ണവുമൊക്കെയായതുകൊണ്ട് അവതരണം സുഗമമാക്കുന്നതിനും വിശദീകരണം കുറയ്ക്കുന്നതിനും വേണ്ടി അദ്ദേഹം സ്വന്തം നിലയിൽ ഇന്റർനാഷണൽ ഫൊണറ്റിക്സ് ചാർട്ട് തയ്യാറാക്കി. ഇത് എല്ലാവരു ടെയും കയ്യിലെത്തണം എന്ന ലക്ഷ്യത്തോടെ പ്രസിദ്ധീകരിക്കുകയു മുണ്ടായി. ഈ ചാർട്ട് എങ്ങനെയോ സുനീത്കുമാർ ചാറ്റർജിയുടെ ശ്രദ്ധയിൽപ്പെട്ടു. അദ്ദേഹം എൽ. വി. ആറിനെ അഭിനന്ദിച്ചുകൊണ്ട് കത്തയച്ചു. എൽ. വി. ആർ. ഏറെ താൽപര്യത്തോടെ മറുപടിയും എഴുതി. അതിന് വലിയ തുടർച്ചകളുണ്ടായി. അങ്ങനെ ആ ബന്ധം വളർന്നു. അക്കാലത്ത് ബംഗാളിലെ സുപ്രസിദ്ധ എഴുത്തുകാരായിരുന്ന രബീന്ദ്രനാഥ ടാഗോറും കൈലാസ്നാഥും. ഇവരെയും ചാറ്റർജി എൽ. വി. ആറിന് പരിചയപ്പെടുത്തിക്കൊടുത്തു. പരിചയം ആരോഗ്യകരമായ ബന്ധത്തിലേയ്ക്ക് വളർന്നു. കത്തുകളിലൂടെയും നേരിട്ടും അവർ നിരന്തരം ചർച്ചകൾ നടത്തി. ടാഗോറിന്റെ *വീട്ടിലും പുറത്തും, സന്ധ്യയും പ്രഭാതവും* തുടങ്ങിയ രചനകളെ മുൻനിർത്തി എൽ. വി. ആർ. മലയാളത്തിൽ കുറി പ്പുകളെഴുതി. ഗീതാഞ്ജലിക്കപ്പുറത്തുള്ള ടാഗോറിന്റെ സർഗസപര്യകൾ മലയാളികളെ അറിയിച്ചതിൽ എൽ. വി. ആറിനു പങ്കുണ്ട്. പ്രഭാതകു മാരമുഖോപാധ്യായനൻ എന്ന ബംഗാളി എഴുത്തുകാരന്റെ രചനകളും എൽ. വി. ആർ. മലയാളത്തിലേയ്ക്ക് പരിഭാഷപ്പെടുത്തിയിട്ടുണ്ട്. ഇതിനും വഴിയൊരുക്കിക്കൊടുത്തത് ചാറ്റർജി തന്നെയായിരുന്നു.

സുനീത്കുമാർ ചാറ്റർജിയുടെ നിരന്തരമായ പ്രോത്സാഹനം കൊണ്ടാണ് മലയാളത്തിന് ആദ്യത്തെ സ്വനവിജ്ഞാനഗ്രന്ഥം

ലഭിച്ചത്. കേരളത്തിലെ പ്രസ്സുകളിൽ മതിയായ അച്ചില്ലാത്തതിനാൽ തന്റെ പുസ്തകം പ്രസിദ്ധീകരിക്കാൻ കഴിയാതെ വിഷമിച്ചുനിന്ന എൽ. വി. ആറിന്റെ മുന്നിലേയ്ക്ക് ഒരു ദൈവദൂതനെപ്പോലെ ചാറ്റർജി കടന്നു വരികയായിരുന്നു. *എ ബ്രീഫ് എക്കൗണ്ട് ഓഫ് മലയാളം ഫൊണറ്റിക്സ്* എന്ന പേരിൽ 1925-ൽ ഇതു പ്രസിദ്ധീകരിച്ചു. കൽക്കത്ത യൂണിവേഴ്സിറ്റിയുടെ പ്രസ്സിൽത്തന്നെയായിരുന്നു ഇതിന്റെ അച്ചടി നടന്നത്. ഇന്റർനാഷണൽ ഫൊണറ്റിക് ആൽഫബെറ്റി (IPA- International Phonetic Alphabet) ന്റെ ലിപിമാലയിൽ മലയാളത്തെ എഴുതിയ ആദ്യഗ്രന്ഥം കൂടിയാണിത്. എൽ. വി. ആറിന്റെ മരണശേഷം 1950-ൽ ലിംഗ്വിസ്റ്റിക് സൊസൈറ്റി ഓഫ് ഇന്ത്യ (Linguistic Society of India) യുടെ ഇന്ത്യൻ ലിംഗ്വിസ്റ്റിക്സ് ജേണലി (Indian Linguistics Journal) ൽ സുനീത്കുമാർ ചാറ്റർജി എൽ. വി. ആറിന്റെ പഠനങ്ങളും നിരീക്ഷണങ്ങളും വിലയിരുത്തിയിട്ടുണ്ട്.

ദ്രാവിഡനിരുക്തനിഘണ്ടു (Dravidian Etymological Dictionary) രചിക്കുന്ന വേളയിൽ സഹായം അഭ്യർത്ഥിക്കുന്നതിനായി എമിനോയും ബറോയും എൽ. വി. ആറിനെ സമീപിച്ചിരുന്നു. എൽ. വി. ആർ. അവരെ നിറഞ്ഞ മനസ്സോടെ സ്വീകരിക്കുകയും സഹർഷം സഹായിക്കുകയും ചെയ്തിരുന്നു. പ്രസ്തുത നിഘണ്ടുവിന് എമിനോയും ബറോയും ചേർന്നെഴുതിയ ആമുഖത്തിൽ അവർ എൽ. വി. ആറിനെപ്പറ്റി പറഞ്ഞിട്ടുള്ളത്, ഇത്ര നിരന്തരമായി ദ്രാവിഡഭാഷാതാരതമ്യമേഖലയിൽ പ്രവർത്തിച്ചവർ ഏറെയില്ല എന്നാണ്. ഷൂൾ ബ്ലോക്ക്, ടട്ടിൽ തുടങ്ങിയ വൈദേശികഭാഷാശാസ്ത്രജ്ഞരും അവരുടെ പഠനങ്ങളിൽ എൽ. വി. ആറിനെ പരാമർശിച്ചിട്ടുണ്ട്. എൽ. വി. ആറിനെപ്പോലെ സാർവ്വലൗകികമായ അംഗീകാരം നേടിയ മറ്റൊരു ഭാഷാപണ്ഡിതൻ എൽ. വി. ആറിനു മുൻപോ പിൻപോ മലയാളദേശത്തുണ്ടായിട്ടില്ല.

മലയാളത്തിൽനിന്നുള്ള അംഗീകാരങ്ങൾ

എൽ. വി. ആറിന്റെ സംഭാവനകൾ വിലയിരുത്തുന്ന ലേഖനം മലയാളത്തിലാദ്യമായി പ്രസിദ്ധീകരിച്ചത് സി. എൽ. ആന്റണിയാണ്. 1965 ൽ പ്രസിദ്ധീകരിച്ച എൽ. വി. രാമസ്വാമിഅയ്യർ എന്ന പഠനക്കുറിപ്പ് 1969 ലെ ഭാഷാപഠനങ്ങൾ എന്ന സമാഹാരത്തിലുണ്ട്. മറ്റൊന്ന് IJDL (International Journal of Dravidian Linguistics)-ന്റെ 7.1 ലക്കത്തിൽ പ്രസിദ്ധീകരിച്ച *L.V.R's Contributions to Malayalam Linguistics* എന്ന ലേഖനമാണ്. ഇത് 1989-ൽ കേരള സാഹിത്യ അക്കാദമി പ്രസിദ്ധീകരിച്ച *ഭാഷാപഠനങ്ങൾ* എന്ന സമാഹാരത്തിൽ കാണാം. IJDL ന്റെ വിവിധ ലക്കങ്ങളിലായി വി. ഐ. സുബ്രഹ്മണ്യം, എ. ചന്ദ്രശേഖർ, എം. ഇസ്രായേൽ എന്നിവരും എൽ. വി. ആറിനെ വിലയിരുത്തുന്ന പ്രബന്ധങ്ങളെഴുതിയിട്ടുണ്ട്.

സ്കറിയ സക്കറിയയുടെ നേതൃത്വത്തിൽ ചങ്ങനാശ്ശേരി കേന്ദ്രമായി പ്രവർത്തിക്കുന്ന താരതമ്യപഠനസംഘത്തിന്റെ പ്രസിദ്ധീകരണമായ *താപസ*ത്തിന്റെ വിവിധ ലക്കങ്ങളിൽ ടി. ബി. വേണുഗോപാലപ്പണിക്കർ എൽ. വി. ആറിനെ വിലയിരുത്തുന്ന ലേഖനങ്ങളെഴുതുകയും *രേഖാശേഖരത്തിൽനിന്ന്* എന്ന പംക്തിയിലൂടെ എൽ. വി. ആറിന്റെ ചില രചനകൾ (മലയാളത്തിലുള്ളവയും) പ്രസിദ്ധീകരിക്കുകയും ചെയ്തിട്ടുണ്ട്. എൽ. വി. ആർ. എഴുതിയ ഒരേയൊരു മലയാള ചെറുകഥയായ സുകുമാരിയുടെ ദീനം താപസത്തിന്റെ ഏഴാം വാല്യത്തിൽ (ജനുവരി- ഏപ്രിൽ 2012) കാണാം.

എൽ. വി. ആറിന്റെ രചനകളിൽ *A Brief Account of Malayalam Phonetics, The Evolution of Malayalam Morphology, Grammar in*

Lilathilakam എന്നീ മൂന്നെണ്ണമാണ് അദ്ദേഹം ജീവിച്ചിരുന്ന കാലത്ത് പുസ്തകമായി പ്രസിദ്ധീകരിച്ചവ. ശേഷിച്ചവ സമാഹരിക്കാത്ത ഒറ്റയൊറ്റ ലേഖനങ്ങളാണ്. *A Primer of Malayalam Phonology, Tirukkural in Malayalam* എന്നിവ പുസ്തകമാക്കാൻ ലക്ഷ്യം വെച്ച് ഖണ്ഡശഃ പ്രസിദ്ധീകരിച്ചവയാണെങ്കിലും ഇവ സമാഹരിക്കാനുള്ള ആയുർദൈർഘ്യം അദ്ദേഹത്തിനു കിട്ടിയില്ല. എൽ. വി. ആറിനെ ഏറെ ആദരിക്കുന്ന ടി. ബി. വേണുഗോപാലപ്പണിക്കർ എന്ന ഭാഷാപണ്ഡിതൻ *A Primer of Malayalam Phonology* എഡിറ്റ് ചെയ്തതും കേരള സാഹിത്യ അക്കാദമി 2004 ൽ അത് പ്രസിദ്ധീകരിച്ചതും എടുത്തു പറയേണ്ടുന്ന നേട്ടമാണ്. എൽ. വി. ആറിന്റെ *നോട്ട്സ് ഓൺ കേരളപാണിനീയം (Notes on Keralapaniniyam)* എന്ന പ്രബന്ധത്തെ മലയാളത്തിലേയ്ക്ക് പരിഭാഷപ്പെടുത്തിയതും വേണുഗോപാലപ്പണിക്കർ തന്നെ. എൽ. വി. ആറിനെ മലയാളഭാഷാചർച്ചകളിലേയ്ക്ക് സജീവമാക്കി നിർത്താനുള്ള ഈ ഉദ്യമങ്ങൾക്ക് മലയാളഅക്കാദമികലോകം എന്നെന്നും അദ്ദേഹത്തോട് കടപ്പെട്ടിരിക്കും.

1960-ൽ അണ്ണാമലയിലെ ഭാഷാശാസ്ത്രവിഭാഗം ഏതാനും ലേഖനങ്ങൾ മിമിയോഗ്രാഫ് ചെയ്ത് സമാഹരിച്ചു. എൽ. വി. ആറിന്റെ രചനകൾ ആകെ കൂട്ടിയാൽ നൂറോളം വരുമെന്ന് അഗസ്ത്യലിംഗം, ശക്തിവേൽ എന്നിവർ ചേർന്നു തയ്യാറാക്കിയതും അണ്ണാമല ഭാഷാശാസ്ത്രവിഭാഗത്തിൽനിന്ന് 1973-ൽ പുറത്തുവന്നതുമായ ദ്രാവിഡഭാഷാശാസ്ത്രഗ്രന്ഥസൂചിയിൽനിന്നറിയാം. ഇവയിൽ മുപ്പതിൽപ്പരം രചനകൾ മലയാളഭാഷാസംബന്ധിയാണെന്ന് അണ്ണാമലയിലെ പ്രൊഫസറായിരുന്ന എൻ. രാജശേഖരൻനായർ പ്രസാധനം ചെയ്ത *A Bibliography of Malayalam Language and Linguistics*-ൽ പറയുന്നുണ്ട്. IJDL പ്രസിദ്ധീകരിച്ച *Pioneers in Linguistics Series 1* (1978) ൽ എ. ആർ ഗോപാലപിള്ള തയ്യാറാക്കിയ 120 എൽ. വി. ആർ. ലേഖനങ്ങളുടെ പട്ടിക കാണാം. ഇവയിൽ 36 എണ്ണം മലയാളഭാഷാസംബന്ധിയാണ്. ഇതേ ഗ്രന്ഥത്തിൽ വി. ഐ. സുബ്രഹ്മണ്യം *The Contribution of L.V.R. to Comparative and Historical Methods in Dravidian* എന്ന പ്രബന്ധവും എഴുതിയിട്ടുണ്ട്. അണ്ണാമല സർവ്വകലാശാലയിലെ പ്രൊഫസറായിരുന്ന എ. കാമാച്ചിനാതൻ 1990-ൽ PILC (Pondicherry Institute of Linguistics and Culture) എന്ന പ്രസിദ്ധീകരണത്തിൽ എൽ. വി. ആറിന്റെ 200 ലേഖനങ്ങളുടെ പട്ടിക കൊടുത്തിട്ടുണ്ട്. ഇവയിൽ പലതും എൽ. വി. ആറിന്റേതാണോ എന്ന് കാമാച്ചിനാതന് നിശ്ചയമില്ല. സംശയമുള്ളവയുടെനേരെ ചോദ്യചിഹ്നം ചേർത്തിട്ടുണ്ട്.

കെ. എം. പ്രഭാകരവാര്യർ, കെ. ഗോദവർമ്മ, സി. എൽ. ആന്റണി, കെ. സുകുമാരപ്പിള്ള, എസ്. വി. ഷൺമുഖം, ഇ. വി. എൻ. നമ്പൂതിരി, കെ. രത്നമ്മ, കെ. എൻ. എഴുത്തച്ഛൻ, ടി. ബി. വേണുഗോപാലപ്പണിക്കർ, ആർ. ഗോപിനാഥൻ, നടുവട്ടം ഗോപാലകൃഷ്ണൻ തുടങ്ങിയവർ എൽ. വി. ആറിന്റെ ചില പഠനങ്ങളെങ്കിലും വിശകലനം ചെയ്തിട്ടുണ്ട്. എൽ. വി. ആർ. തമിഴിനെപ്പറ്റിയും മലയാളത്തെപ്പറ്റിയും പറഞ്ഞ പലതും പിഴച്ചിരിക്കുന്നുവെന്നും ഇടത്തമിഴിന്റെ സ്വഭാവമായി അദ്ദേഹം പറയുന്ന പലതും പഴന്തമിഴിലേ ഉണ്ടായിരുന്നുവെന്നും വാദിക്കാൻ ശ്രമിക്കുന്ന കെ. ഉണ്ണിക്കിടാവിന്റെ ലേഖനമാണ് *മധ്യകാലതമിഴും മലയാളവും* എന്നത്. പ്രസ്തുത ലേഖനത്തിൽ പലയിടത്തും അദ്ദേഹം എൽ. വി. ആറിന്റെ ആശയങ്ങളെ ചോദ്യം ചെയ്യുന്നുമുണ്ട്. എന്നാൽ ഉണ്ണിക്കിടാവിന്റെ വിമർശനത്തിൽ പലപ്പോഴും മുന്നിട്ടുനിൽക്കുന്നത് ഭാഷാശാസ്ത്രവിചാരമല്ല, വ്യക്തിപരമായ അധിക്ഷേപമാണെന്നാണ് മനസ്സിലാക്കാൻ കഴിയുന്നത്.

എൽ. വി. ആറിന്റെ കൃതികളെക്കുറിച്ച് വിമർശനമുന്നയിച്ച മറ്റൊരാൾ വി. ഐ. സുബ്രഹ്മണ്യമാണ്. ഇംഗ്ലീഷിലാണ് എൽ. വി. ആർ. എഴുതുന്നത്. എന്നാലോ, മലയാളഭാഷയിൽനിന്ന് ഉദ്ധരിക്കുന്നത് മിക്കപ്പോഴും മലയാളലിപിയിലാണ്. തമിഴുദ്ധരണങ്ങളും അവ്വിധം തന്നെ. പലപ്പോഴും അവയ്ക്ക് ഇംഗ്ലീഷിൽ അർത്ഥം നൽകുന്നുമില്ല. അച്ചടിയുടെ പരിമിതിയാവാം ലിപ്യന്തരണം നൽകാത്തതിനു കാരണം. കാരണമെന്തായാലും എൽ. വി. ആറിന്റെ ഇത്തരം ലേഖനങ്ങൾ മലയാളലിപി അറിയാത്തവർക്ക് പ്രയോജനപ്പെടില്ല എന്നാണ് സുബ്രഹ്മണ്യത്തിന്റെ വാദം. പ്രസ്സുകളിൽ ചില ചിഹ്നങ്ങൾ ഇല്ലാതിരുന്നതും (ഉദാ- ദന്ത്യമായ നകാരം, വർത്സ്യമായ റ്റ, ന്റ) അക്ഷരത്തോടൊപ്പമുള്ള കുത്ത്, കോമ തുടങ്ങിയവ സൂക്ഷ്മമായി തിരിച്ചറിയാൻ കഴിയുന്ന ജോലിക്കാരില്ലാഞ്ഞതും തന്റെ രചനകളുടെ അച്ചടി സങ്കീർണമാക്കിയിരുന്നതായി എൽ. വി. ആർ. തന്നെ രേഖപ്പെടുത്തിയിട്ടുണ്ട്. സാങ്കേതികമായ പ്രയാസങ്ങൾ കാരണം ചില പോരായ്മകളൊക്കെ വന്നുപെട്ടിട്ടുണ്ട് എന്നതു സത്യം തന്നെയാണ്. എന്നാൽ വി. ഐ. സുബ്രഹ്മണ്യവും ഈ ദോഷത്തിൽനിന്ന് മുക്തനല്ലെന്നാണ് ടി. ബി. വേണുഗോപാലപ്പണിക്കരുടെ ലേഖനത്തിൽനിന്ന് മനസ്സിലാക്കാൻ കഴിയുന്നത്.

എൽ. വി. രാമസ്വാമിഅയ്യരും മലയാളഭാഷാഗവേഷണവും എന്ന ലേഖനം കേരളസർവ്വകലാശാലയുടെ മലയാളവിഭാഗത്തിന്റെ പ്രസിദ്ധീകരണമായ ഭാഷാസാഹിതിയിൽ (ജനുവരി-മാർച്ച് 1996) വേണുഗോപാലപ്പണിക്കർ പ്രസിദ്ധപ്പെടുത്തിയിട്ടുണ്ട്. 2006-ൽ പ്രസിദ്ധീകരിച്ച

അദ്ദേഹത്തിന്റെ *ഭാഷാലോകം* എന്ന പുസ്തകത്തിലും ഇതു കാണാം. താപസത്തിന്റെ ഒന്നാം വോള്യത്തിൽ പ്രത്യക്ഷപ്പെട്ട *എൽ. വി. രാമസ്വാമിഅയ്യരും കേരളപഠനവും* എന്ന ലേഖനം *ചിതറിപ്പോയ സിംഹനാദവും ചില ഭാഷാവിചാരങ്ങളും* (2006) എന്ന പുസ്തകത്തിലുണ്ട്. ഡി. സി. ബുക്സ് പ്രസിദ്ധീകരിച്ച കേരളപാണിനീയത്തിന്റെ പുതിയ പതിപ്പിൽ എ. ആറിന്റെ വാദങ്ങളുമായി ചേർന്നും ഇടഞ്ഞും നിൽക്കുന്ന എൽ. വി. ആറിന്റെ ചില നിരീക്ഷണങ്ങളെ സ്കറിയ സക്കറിയ അടിക്കുറിപ്പായി ചേർത്തിട്ടുണ്ട്.

മഹാകവി ഉള്ളൂർ എൽ. വി. ആറിലെ പ്രതിഭയെ തിരിച്ചറിഞ്ഞിരുന്നു. *ലീലാതിലകത്തിലെ വ്യാകരണം (Grammar in Lilathilakam)*എന്ന എൽ. വി. ആറിന്റെ ഗ്രന്ഥം നിരൂപണം ചെയ്യുന്നതിനിടയിൽ "ശ്രീ. രാമസ്വാമിഅയ്യരേക്കാൾ ഈ വിഷയത്തെ അധികരിച്ച് ഒരു ഗ്രന്ഥം രചിക്കുന്നതിന് സർവ്വഥാ യോഗ്യനായ ഒരു പണ്ഡിതൻ കേരളത്തിൽ ഇല്ലെന്നു പറഞ്ഞാൽ അത് ഇതരപണ്ഡിതർക്ക് ഒരു തിരസ്കാരമാണെന്ന് ഒരിക്കലും വരുന്നതല്ല. അദ്ദേഹത്തിന് ഇത്തരത്തിലുള്ള പുസ്തകങ്ങൾ നിർമ്മിക്കുന്നതിനുള്ള സിദ്ധിവിശേഷങ്ങൾ സുവിദിതങ്ങളാണ്" എന്നു പറയുകയുണ്ടായി.

എൽ. വി. ആറിന്റെ ലേഖനങ്ങൾ തേടിപ്പിടിക്കാൻ സമീപകാലത്ത് ഏറ്റവും കൂടുതൽ ഉത്സാഹിച്ചത് ഡോ. സൗമ്യ ബേബിയാണ്. എറണാകുളം സെന്റ്. തെരേസാസ് കോളേജിലെ മലയാളവിഭാഗത്തിൽ അസിസ്റ്റന്റ് പ്രൊഫസറാണിവർ. *മലയാളഭാഷാവിജ്ഞാനത്തിന് എൽ. വി. രാമസ്വാമിഅയ്യരുടെ സംഭാവന- വിമർശനാത്മക അപഗ്രഥനം* എന്ന വിഷയത്തിൽ സൗമ്യ ബേബി ഗവേഷണം നടത്തി. സ്കറിയ സക്കറിയ ആയിരുന്നു ഗവേഷണ മാർഗദർശി. കാലടി സംസ്കൃത സർവ്വകലാശാലയിലാണ് അവർ പ്രബന്ധം സമർപ്പിച്ചത്. ഡോക്ടറേറ്റ് നേടാൻ കഴിയാതിരുന്ന എൽ. വി. ആറിനെയും എൽ. വി. ആറിന്റെ രചനകളേയും കുറിച്ച് പഠിച്ച് ഡോക്ടറേറ്റ് നേടിയ ആദ്യത്തെ ആൾ എന്ന വിശേഷണം സൗമ്യ ബേബിയ്ക്ക് മാത്രം അവകാശപ്പെട്ടതാണ്. പഴയകാലത്തെ പല മാഗസിനുകളിലും ആർക്കൈയ്‌വ്സിലും പൊടിപിടിച്ചും ചിതലരിച്ചും കിടന്നിരുന്ന എൽ. വി. ആറിന്റെ 137-ഓളം ലേഖനങ്ങൾ തന്റെ ഗവേഷണകാലയളവിൽ അവർ ശേഖരിച്ചു. മലയാളത്തിലെ ഏറ്റവും മികച്ച ഗവേഷണപ്രബന്ധത്തിന് അമേരിക്കൻ മലയാളി സംഘടനകളുടെ ഫെഡറേഷനായ ഫൊക്കാന നൽകുന്ന *ഭാഷയ്ക്കൊരു ഡോളർ* പുരസ്കാരത്തിന് അർഹമായിട്ടുണ്ട് ഈ ഗവേഷണപ്രബന്ധം. ഏറെ വൈകിയാണെങ്കിലും എൽ. വി. ആർ. മലയാളത്തിൽ ആദരിക്കപ്പെട്ടു.

എൽ. വി. ആർ. എന്ന ബഹുമുഖപ്രതിഭയെ സമഗ്രമായി പഠിക്കയല്ല, ഭാഷാഗവേഷണപാണ്ഡിത്യം വെളിപ്പെടുത്തുന്ന അദ്ദേഹത്തിന്റെ രചനകളിൽനിന്ന് മലയാളഭാഷാവിജ്ഞാനത്തിന് ഏറ്റവും പ്രസക്ത മായവ തെരഞ്ഞെടുത്ത് പുനർവിവരണപഠനം നടത്തുകയായിരുന്നു സൗമ്യാബേബി. ഈ പ്രബന്ധത്തിന്റെ ആമുഖത്തിൽ ഏറ്റുപറയുന്ന ഒരു കാര്യം ശ്രദ്ധേയമാണ്: "എൽ. വി. ആറിന്റെ രചനകൾക്കുമുമ്പിൽ വിസ്മയാദരപൂർവ്വം നിൽക്കുന്നതുമൂലം പ്രബന്ധത്തിന് ചില ചില്ലറ നിറപ്പകർച്ചകൾ ഉണ്ടായിട്ടുണ്ട്." ആ മഹാപാണ്ഡിത്യത്തിനു മുമ്പിൽ ആർക്കും ഇങ്ങനെയേ നിൽക്കാനാവൂ എന്നതാണ് സത്യം.

ജീവിച്ചിരുന്ന കാലത്ത് എൽ. വി. ആർ. സ്വദേശത്തും സ്വഭാഷയിലും അംഗീകരിക്കപ്പെട്ടില്ലെങ്കിലും പിൽക്കാലത്ത് ഭാഷാശാസ്ത്രജ്ഞരും ഗവേഷകരും അദ്ദേഹത്തെ തേടിച്ചെല്ലുകതന്നെ ചെയ്തു. സി. എൽ. ആന്റണി അറുപതിലധികം ലേഖനങ്ങളും സൗമ്യ ബേബി 137-ഓളം ലേഖനങ്ങളും ശേഖരിച്ചത് നിസ്സാരകാര്യമല്ല. ബി. എ., എം. എ. മലയാളം കോഴ്സുകൾക്ക് എൽ. വി. ആറിന്റെ ചിന്തകൾ പാഠ്യവിഷയമാണ്. കാലിക്കറ്റ് സർവ്വകലാശാലയുടെ മലയാള-കേരള പഠനവിഭാഗത്തിൽ *എൽ. വി. ആറിന്റെ മലയാളഭാഷാചരിത്രവീക്ഷണം* എന്ന പിഎച്ച്. ഡി. പ്രബന്ധം 2018-ൽ സിജി എൻ. സമർപ്പിച്ചിട്ടുണ്ട്. *ദ എവല്യൂഷൻ ഓഫ് മലയാളം മോർഫോളജി*യുടെ മലയാളവിവർത്തനവും പഠനവും നിർവ്വഹിച്ച എം. ഫിൽ. പ്രബന്ധവും കാലിക്കറ്റ് സർവ്വകലാശാലാ മലയാള-കേരള പഠനവിഭാഗത്തിന്റെ സംഭാവനയാണ്. ഡോ. സോമനാഥൻ പി. യുടെ മാർഗ്ഗനിർദേശത്തിലായിരുന്നു സിജി എൻ. എൽ. വി. ആറിലേക്ക് വെളിച്ചം വീശുന്ന എം. ഫിൽ., പിഎച്ച്. ഡി. പ്രബന്ധങ്ങൾ സർവ്വക ലാശാലയിൽ സമർപ്പിച്ചത്. പിന്തുടർച്ചകൾ ഒരുപാടൊരുപാട് ഇനിയുമുണ്ടാവും. അത്രയധികം പഠിക്കപ്പെടാനുള്ള ഒരു ഗവേഷണപ്രശ്നം (Research Problem) തന്നെയാണ് എൽ. വി. ആർ.

എൽ. വി. ആറിന്റെ സുപ്രധാനരചനകൾ

മലയാളഭാഷാചരിത്രനിർമ്മിതിയെ അത്യന്തം പുരോഗമിപ്പിക്കുന്ന എൽ. വി. ആറിന്റെ ഗവേഷണപ്രവർത്തനങ്ങൾ താഴെക്കൊടുക്കുന്നു.

A Brief Account of Malayalam Phonetics (1925)

മുപ്പത്തിയൊന്നു പുറം മാത്രമുള്ള മോണോഗ്രാഫാണിത്. കൽക്കത്ത സർവ്വകലാശാല അവരുടെ ഫൊണറ്റിക്സ് മോണോഗ്രാഫ് പരമ്പരയിൽ ഒന്നാമത്തേതായി ഇതു പ്രസിദ്ധീകരിച്ചു. ഈ വിഷയത്തിൽ താൻ മുമ്പേ തൽപരനായിരുന്നെങ്കിലും തന്റെ മലയാളവർണോച്ചാരണപരമായ ലേഖനങ്ങൾ മതിയായ അച്ചില്ലാത്തതിനാൽ ഇന്ത്യയിലെങ്ങും അച്ചടിക്കാൻ കഴിഞ്ഞില്ലെന്ന് ഇതിന്റെ ആമുഖത്തിൽ എൽ. വി. ആർ. രേഖപ്പെടുത്തിയിട്ടുണ്ട്. സുനീത്കുമാർ ചാറ്റർജിയും കൽക്കത്ത സർവ്വകലാശാലയിലെ ഉന്നതവിദ്യാഭ്യാസസമിതിയുടെ അധ്യക്ഷൻ ആശുതോഷ് മുഖർജിയും പ്രത്യേകം താത്പര്യമെടുത്തിട്ടാണ് ഈ പുസ്തകം പ്രസിദ്ധീകരിച്ചത്. അന്താരാഷ്ട്രശാബ്ദികലിപി (International Phonetic Alphabet) ഉപയോഗിച്ച് ധ്വനികളെ അപഗ്രഥിച്ചിരിക്കുന്നു എന്നതാണ് ഈ ഗ്രന്ഥത്തിന്റെ പ്രത്യേകത. ഭാരതത്തിൽ ആദ്യമായിട്ടാണ് ദ്രാവിഡഭാഷാഗോത്രത്തിൽപ്പെട്ട ഒരു ഭാഷയിലെ ധ്വനികൾ ഇങ്ങനെ പഠിക്കപ്പെട്ടത്. ഈ പുസ്തകം മലയാളഭാഷയെ അന്താരാഷ്ട്രതലത്തിൽ പരിചയപ്പെടുത്തി എന്ന് പ്രത്യേകം പറയേണ്ടതില്ലല്ലോ. എൽ. വി. ആർ. സംവൃതോകാരത്തിന്റെ സ്വനമൂല്യം നിർണയിച്ചത് ഈ മോണോഗ്രാഫിലാണ്. നാവ് മുന്നോട്ടോ പിന്നോട്ടോ ചലിപ്പിക്കാതെ

നടുനിലയിൽ നിർത്തി ചുണ്ടുരുട്ടാതെ ഉച്ചരിക്കുന്ന സ്വരമാണത് (half open central(unrounded)vowel) എന്നാണ് അദ്ദേഹത്തിന്റെ നിഗമനം.

The Evolution of Malayalam Morphology (1936)

രൂപിമങ്ങളെ മാത്രം അടിസ്ഥാനമാക്കി മലയാളത്തിൽവന്ന ഏകപഠനരേഖയാണിത്. രാമവർമ്മ റിസർച്ച് ഇൻസ്റ്റിറ്റ്യൂട്ട് കമ്മിറ്റിയാണ് ഇതു പുറത്തിറക്കിയത്. മലയാളത്തിൽ ആദ്യകാലത്തുണ്ടായ സാഹിത്യകൃതികളിൽനിന്നും ശിലാലിഖിതങ്ങളിൽനിന്നും തെളിവുകൾ ശേഖരിച്ച് സിദ്ധാന്തരൂപീകരണം നടത്തുന്ന രീതിശാസ്ത്രം വളരെ കൃത്യമായി പിന്തുടർന്നതിനാൽ ദത്തശേഖരണത്തിന്റെ മികച്ച മാതൃക കാഴ്ച്ചവെയ്ക്കാൻ ഈ ദീർഘപ്രബന്ധത്തിനു കഴിഞ്ഞു. വിഭക്തികൾ (Nominal Inflexions), ചുട്ടെഴുത്തുകൾ (Demonstratives), സർവ്വനാമങ്ങൾ (Pronouns), ക്രിയകൾ (Verbs), മറ്റുചില മലയാളരൂപീകരണങ്ങൾ (Miscellaneous Malayalam Formations), ചില മലയാളക്ലാസിക്കുകളുടെ ഭാഷ (The Language of Some Malayalam Classics), ചാർച്ചകൾ (Affiliations) എന്നിങ്ങനെ ഏഴ് അധ്യായങ്ങളിലായി ഈ പ്രബന്ധം ചിട്ടപ്പെടുത്തിയിരിക്കുന്നു.

ഘടനാപരവും രൂപപരവുമായ സാദൃശ്യത്തിലൂടെ ഭാഷകളുടെ ഗോത്രബന്ധം നിർണയിക്കാമെന്ന ഭാഷാശാസ്ത്രപരികല്പനയെ മുൻനിർത്തിയാണ് തമിഴ-മലയാളങ്ങളുടെ ചാർച്ചകൾ വിശകലനം ചെയ്യുന്നതിന് രൂപിമങ്ങളെ, അവയിൽത്തന്നെ പ്രത്യയങ്ങളെ മാത്രം അടിസ്ഥാനമാക്കിയ ഇത്തരമൊരു പ്രബന്ധരചനയ്ക്ക് എൽ. വി. ആർ. മുതിർന്നത്. പ്രകൃതികളിൽ പലതും മറ്റു ഭാഷകളിൽനിന്ന് കടമെടുത്തവയാവാമെന്നും പ്രത്യയങ്ങളാണ് ഭാഷയുടെ സ്വന്തമെന്നുമുള്ള ആധുനികഭാഷാശാസ്ത്രവീക്ഷണം അദ്ദേഹം പുലർത്തിയിരുന്നു.

തമിഴിൽനിന്ന് കന്നടവും തെലുങ്കും എത്രമാത്രം സ്വതന്ത്രമായിരിക്കുന്നുവോ അത്രമാത്രം മലയാളവും സ്വതന്ത്രമാണെന്ന വാദം പ്രബലമായിത്തന്നെ നിലനിൽക്കുന്നതിനാൽ (മലയാളം മൂലദ്രാവിഡത്തിൽപ്പെട്ട സ്വതന്ത്രശാഖയാണെന്ന ആറ്റൂരിന്റെ വാദം) എൽ. വി. ആറിന് താൻ പിന്തുണയ്ക്കുന്ന ഉപശാഖാവാദത്തെ ഊട്ടിയുറപ്പിക്കേണ്ടതുണ്ടായിരുന്നു. ഇതിനുള്ള ഇടമായിട്ടാണ് The Evolution of Malayalam Morphology ഉപയോഗിക്കപ്പെട്ടത്.

മലയാളം മറ്റു ദക്ഷിണദ്രാവിഡഭാഷകളേക്കാൾ കൂടുതലായി തമിഴിനോട് എത്രമാത്രം അടുത്തുനിൽക്കുന്നുവെന്നും ദക്ഷിണദ്രാവിഡഭാഷകളിൽവെച്ച് മലയാളം കൂടുതൽ അടുപ്പം കാണിക്കുന്നത്

തമിഴിനോടാണെങ്കിൽ, തമിഴിന്റെ ഏതു പ്രത്യേക കാലഘട്ടത്തോടാണ് മലയാളം കൂടുതൽ അടുത്തിരിക്കുന്നതെന്നും മലയാളരൂപിമങ്ങളുടെ പരിണാമം അടിസ്ഥാനമാക്കി പരിശോധിക്കുന്ന ഈ ഗ്രന്ഥം ശ്രേഷ്ഠമലയാളത്തിന് ഒരു അമൂല്യഖനിയാണ്.

ആമുഖത്തിൽ മലയാളഭാഷയുടെ ഘട്ടവിഭജനം നടത്താൻ എൽ. വി. ആർ. മറക്കുന്നില്ല. പഴയ മലയാളം പുതിയ മലയാളത്തിലേക്ക് കടക്കുന്നത് എഴുത്തച്ഛനോടു കൂടിയാണെന്നാണ് അദ്ദേഹത്തിന്റെ നിഗമനം. ചെറുശ്ശേരിയുടെ ഭാഷ പഴമകൾ പലതും അവശേഷിപ്പിക്കുന്നുണ്ടെന്നതുതന്നെ കാരണം. തുടർന്ന് വിവിധ അധ്യായങ്ങളിലായി മലയാളത്തിലെ നാമപ്രകൃതികൾക്കും പ്രത്യയങ്ങൾക്കും ഗതികൾക്കും ക്രിയകൾക്കും തമിഴിൽനിന്നുള്ള വ്യത്യാസങ്ങൾ ചർച്ച ചെയ്യുന്നു. മലയാളത്തിന് തനതായുള്ള രൂപങ്ങളിലേക്കും മലയാളം ഇപ്പോഴും സംരക്ഷിക്കുന്ന പഴമകളിലേക്കും ചിന്തയെ വ്യാപരിപ്പിക്കുകയും മാറ്റങ്ങളുടെ തുടക്കം ഇടത്തമിഴിന്റെ ആദ്യഘട്ടത്തിൽനിന്നാണെന്ന് സമർത്ഥിക്കുകയും ചെയ്യുന്നു.

A Primer of Malayalam Phonology (1937)

മലയാളസ്വനിമവിജ്ഞാനത്തിന്റെ അടിത്തറയാണ് ഈ കൃതി. മലയാളഭാഷയിലെ വർണവികാരങ്ങളാണ് ഇതിൽ ചർച്ച ചെയ്യുന്നത്. മലയാളത്തിലെ സ്വര- വ്യഞ്ജനങ്ങളുടെ ചരിത്രപഠനം, സന്ധിസവിശേഷതകൾ, വർണവികാരവിഷയത്തിൽ തമിഴ-മലയാളങ്ങൾക്കുള്ള ബന്ധം എന്നീ മേഖലകളിലൂടെയാണ് ഈ പ്രബന്ധത്തിൽ എൽ. വി. ആർ. വ്യാപരിക്കുന്നത്. സ്വനമൂല്യവും വിശദീകരണവും (Phonetic Values and Elucidations), സ്വരങ്ങൾ (Vowels), വ്യഞ്ജനങ്ങൾ (Consonants), സന്ധി (Sandhi), പഴയ മലയാളവും പുതിയ മലയാളവും (Early Malayalam & Late Malayalam),, ചാർച്ചകൾ (Affiliations) എന്നിങ്ങനെയാണ് അധ്യായവിഭജനം. *The Evolution of Malayalam Morphology* പുറത്തുവന്നതിന്റെ അടുത്ത വർഷം മുതൽ ഖണ്ഡം ഖണ്ഡമായി പ്രസിദ്ധീകരിച്ചു തുടങ്ങിയ ഈ പ്രബന്ധവും സംവിധാനം ചെയ്തിരിക്കുന്നത് മോർഫോളജിയിൽ എത്തിച്ചേരുന്ന നിഗമനത്തിലേക്കുതന്നെ നയിക്കുന്ന രീതിയിലാണ്. രൂപിമപരമായി മാത്രമല്ല സ്വനപ്രക്രിയാപരമായും മലയാളത്തിന് ചാർച്ച ഇടത്തമിഴിന്റെ ആദ്യഅടരിനോടാണെന്ന് സൂക്ഷ്മവിശകലനത്തിലൂടെ എൽ. വി. ആർ. സ്ഥാപിക്കുന്നുണ്ട് ഈ പ്രബന്ധത്തിൽ. മോർഫോളജിയുടെയും ഫൊണോളജിയുടെയും അവസാന അധ്യായത്തിന്റെ ശീർഷകം ചാർച്ചകൾ എന്നാണ്. തമിഴ്-മലയാളങ്ങളുടെ ചാർച്ചാബന്ധം

അടയാളപ്പെടുത്താനാവശ്യമായ ദത്തങ്ങൾ ആദ്യ അധ്യായങ്ങളിൽ സ്വരൂപിക്കുകയും അവസാന അധ്യായത്തിൽ അത് ക്രോഡീകരിക്കുകയും ചെയ്യുന്ന രീതിശാസ്ത്രമാണ് രണ്ട് മോണോഗ്രാഫുകളിലും അദ്ദേഹം പിന്തുടർന്നത്. മോർഫോളജിയിൽ രൂപിമങ്ങളെ മുൻനിർത്തിയുള്ള ഭാഷാപരിണാമചർച്ചയാണെങ്കിൽ ഫൊണോളജിയിൽ സ്വനിമങ്ങളെ മുൻനിർത്തിയുള്ള പരിണാമവാദചർച്ചയാണെന്ന വ്യത്യാസം മാത്രം. ഇടത്തമിഴിൽ നിന്നുള്ള തുടർച്ചയും തനതായ ചില മാറ്റങ്ങളും മാത്രമല്ല, ഇടത്തമിഴിനെ അപേക്ഷിച്ച് പല പഴമകളും മലയാളം നിലനിർത്തിയിട്ടുണ്ടെന്നു വെളിപ്പെടുത്താനും മലയാളത്തിന് ചാർച്ചയുള്ള പഴന്തമിഴ് രൂപങ്ങൾ വ്യവച്ഛേദിക്കാനും എൽ. വി. ആർ. ഈ പ്രബന്ധത്തിൽ ശ്രദ്ധിച്ചിട്ടുണ്ട്.

"*The Evolution of Malayalam Morphology* യുടെ നിഗമനങ്ങളോട് നിരന്നുപോകുന്നതാണ് *A Primer of Malayalam Phonology* യുടെ നിഗമനങ്ങളും. ഈ നിഗമനങ്ങളിൽ ചിലത് മാറ്റുകയും ചിലത് ചേർക്കുകയും ചിലത് പരിഷ്കരിക്കുകയും ചെയ്താൽ മലയാളഭാഷയ്ക്ക് ഒരു ചരിത്രാത്മകവ്യാകരണമായി. ആ വഴിയ്ക്ക് ശ്രമിക്കേണ്ടത് ഇന്നും ആവശ്യമാണ്'' എന്ന ടി. ബി. വേണുഗോപാലപ്പണിക്കരുടെ അഭിപ്രായം മലയാള അക്കാദമികലോകം ഗൗരവമായി ഗൗനിക്കേണ്ടതുണ്ട്. ഇത്തരമൊരു വ്യാകരണനിർമ്മിതി സാധ്യമായാൽ ക്ലാസിക്കൽമലയാളത്തിന്റെ സുതാര്യതയും വിശ്വാസ്യതയും ഒന്നുകൂടി വെളിപ്പെടുമെന്നതിൽ സംശയമില്ല.

Grammar in Lilathilakam (1944)

മലയാളഭാഷാപരിണാമം പ്രതിപാദ്യമായ ഈ രചന ബുള്ളറ്റിൻ ഓഫ് രാമവർമ്മ റിസർച്ച് ഇൻസ്റ്റിറ്റ്യൂട്ടിലൂടെയാണ് ആദ്യമായി വെളിച്ചം കണ്ടത്. തമിഴ്- മലയാള വ്യാകരണഗ്രന്ഥങ്ങളുടെ സഹായത്തോടെ ലീലാതിലകത്തിലെ സൂത്ര-വൃത്തികളിൽ വിവരിച്ചിരിക്കുന്ന വ്യാകരണഭാഗങ്ങൾ പുനർവിചിന്തനം നടത്തുകയാണ് എൽ. വി. ആർ. ഈ പ്രബന്ധത്തിൽ.മലയാളഭാഷോൽപ്പത്തിസംബന്ധിയായ അന്വേഷണങ്ങൾക്ക് കൂടുതൽ വെളിച്ചം നൽകാൻ ഉതകുന്ന പഠനം കൂടിയാണിത്.

മലയാളഭാഷാപഠനത്തിന് അടിത്തറയായ ലീലാതിലകത്തെ താഴെപ്പറയുന്ന വ്യത്യസ്ത തലങ്ങളിൽ എൽ. വി. ആർ. സമീപിച്ചിട്ടുണ്ട്:

ലീലാതിലകത്തിലെ മലയാളവിഭക്തികൾ (Lilathilakam on Malayalam Inflexions)

ലീലാതിലകവും തമിഴ്‌വ്യാകരണഗ്രന്ഥങ്ങളും (Lilathilakam and Tamil Grammatical Works)

ലീലാതിലകത്തിലെ തമിഴ്-മലയാള സവിശേഷ ശബ്ദങ്ങൾ (Lilathilakam on Unique Tamil- Malayalam sounds)

ഭാഷാശാസ്ത്രം ലീലാതിലകം നാലാം അധ്യായത്തിൽ (Linguistics in the Fourth Chapter of Lilathilakam)

Notes on Keralapaniniyam (1937)

ദക്ഷിണേന്ത്യൻഭാഷകളിൽ ഒരു തദ്ദേശപണ്ഡിതൻ ആദ്യമായി നടത്തുന്ന വസ്തുനിഷ്ഠപഠനം എന്ന നിലയിൽ കേരളപാണിനീയത്തിന് അനന്യമായ സ്ഥാനമുണ്ടെന്നും പുതുവഴികൾ തേടാനും അതിനുതകും വിധം കാൽഡ്വലിന്റെയും ഗുണ്ടർട്ടിന്റെയും മതങ്ങൾ വിമർശനാത്മകമായി വിലയിരുത്താനും മുതിർന്നത് കേരളപാണിനിയാണെന്നും എൽ. വി. ആറിന് അഭിപ്രായമുണ്ട്. മലയാളത്തിന് തനിമയുള്ളൊരു സംസ്കാരമില്ലെന്നും അത് പിൽക്കാലതമിഴിന്റെ അപഭ്രംശം മാത്രമാണെന്നുമുള്ള അറിവുകെട്ട പ്രാദേശികവാദം പൊളിച്ചുവിട്ടത് കേരളപാണിനീയമാണെന്നും ഈ പ്രബന്ധത്തിൽ അദ്ദേഹം നിരീക്ഷിച്ചിട്ടുണ്ട്. പുതിയ വസ്തുതകളുടെയും ചിന്തയുടെയും വെളിച്ചത്തിൽ കേരളപാണിനീയനിരീക്ഷണങ്ങൾ പുനരാലോചന ചെയ്യേണ്ടതുണ്ടെന്ന അഭിപ്രായത്തിലാണ് എൽ. വി. ആർ. എത്തിനിൽക്കുന്നത്. അനന്തരതലമുറ കേരളപാണിനിയ്ക്കർപ്പിക്കേണ്ടുന്ന പൂജ ഈ പുനർവിചാരണയാണെന്നും അദ്ദേഹം കൂട്ടിച്ചേർക്കുന്നു. പുരുഷഭേദനിരാസവിഷയത്തിൽ കേരളപാണിനിയ്ക്ക് ഒരു കീഴ്മേൽമറിച്ചിൽ ഉണ്ടായെന്ന് എൽ. വി. ആർ. ചൂണ്ടിക്കാട്ടുന്നുണ്ട്. മലയാളം ചെയ്തത് മുൻഘട്ടത്തിലെ പുരുഷഭേദം നിരസിക്കയാണെന്ന് പീഠികയിൽ സിദ്ധാന്തിക്കുന്ന കേരളപാണിനി ധാത്വധികാരത്തിൽ പറയുന്നത് പുരുഷഭേദം നടപ്പായിട്ടില്ലാത്ത ദ്രാവിഡത്തിന്റെ പഴയ സ്വഭാവം തുടരുകയാണ് മലയാളം ചെയ്തതെന്നാണ്. എ. ആർ. ഒരേസമയം പുരുഷഭേദനിരാസവാദിയും പുരുഷഭേദ അഭാവവാദിയുമായിരുന്നു എന്നു വ്യക്തം. “പ്രഭുത്വവും പഠിത്തവും ഉള്ള രാജാക്കന്മാരും നമ്പൂതിരിമാരും സംസ്കൃതത്തെ അല്ലാതെ നാട്ടുഭാഷയെ ആദരിച്ചില്ല” എന്ന് ഘട്ടവിഭജനചർച്ചയിൽ എ. ആർ. പറയുന്നുണ്ട്. നാട്ടുഭാഷ വരേണ്യമല്ല എന്നൊരു ധ്വനിയ്ക്ക് ഇവിടെ ഇടം നൽകി മറ്റൊരിടത്ത് അദ്ദേഹം ഇപ്രകാരം പറയുന്നുണ്ട്: “മധ്യഘട്ടത്തിലെ മണിപ്രവാള കവികളായ ബ്രാഹ്മണരുടെ കൂട്ടത്തിൽ ചെറുശ്ശേരി ഒരാൾ മാത്രമേ സംസ്കൃതഭ്രമം കയറിമറിഞ്ഞ് ഭാഷയെ അനാദരിക്കാതിരുന്നിട്ടുള്ളൂ.”

ഈ പ്രസ്താവം ശുദ്ധകേരളഭാഷയോടുള്ള എ. ആറിന്റെ താൽപര്യം വെളിപ്പെടുത്തുന്നുണ്ട്. ഭാഷയുടെ നിലവാരത്തെ സംബന്ധിച്ച് മേധാവിത്വപക്ഷത്തു നിൽക്കണോ ജനപക്ഷത്തു നിൽക്കണോ എന്നൊരു സ്വത്വസംഘർഷം എ. ആറിനെ അലട്ടിയിരുന്നോ എന്ന് ഇക്കാര്യം മുൻനിർത്തി ഡോ. സീമ ജെറോം (മാനകീകരണം ഗുണ്ടർട്ടിലും എ. ആറിലും, വിജ്ഞാനകൈരളി, നവംബർ, 2014) സംശയിക്കുന്നുണ്ട്. പുരുഷഭേദനിരാസചർച്ചയിലും എ. ആറിൽ ഈ സ്വത്വസംഘർഷം കാണാം.

Pictures of Ancient Kerala life (1946)

1946 ൽ രാമവർമ്മ റിസർച്ച് ഇൻസ്റ്റിറ്റ്യൂട്ട് ബുള്ളറ്റിനിൽ വന്ന ഈ ലേഖനം 1942 ൽ മഹാരാജാസ് കോളേജിൽ നടത്തിയ ചാത്തുപ്പണിക്കർ സ്മാരകപ്രഭാഷണത്തിന്റെ സംഗ്രഹമാണ്.ക്രിസ്തുവർഷാരംഭകാലത്തും തൊട്ടുമുമ്പുമുണ്ടായ പഴന്തമിഴ് പാട്ടുകളിൽ പ്രതിഫലിച്ചു കാണുന്ന കേരളീയജീവിതമാണ് പ്രബന്ധവിഷയം. 30 വർഷമായി താൻ നടത്തുന്ന മലയാളഭാഷാചരിത്രപരവും ദ്രാവിഡതാരതമ്യപരവുമായ അന്വേഷണങ്ങൾ വഴി കണ്ടെത്തിയ ഭാഷാവസ്തുതകൾക്ക് സമാന്തരമായ വസ്തുതകൾ സംസ്കാരചരിത്രത്തിലുണ്ടോ എന്ന് നോക്കിയതിന്റെ ഫലമാണ് ഈ ലേഖനം എന്ന് അദ്ദേഹം സാക്ഷ്യപ്പെടുത്തുന്നുണ്ട്. കേരളത്തിന് വ്യാവർത്തകമായ സ്വലക്ഷണങ്ങൾ ഭാഷയിലെന്നപോലെ സംസ്കാരത്തിലും ഉണ്ടായിട്ടുണ്ട് എന്നതിലേയ്ക്ക് ഈ ലേഖനം ഒരു ചൂണ്ടുപലകയാവുന്നു. പരിണാമം മലയ്ക്ക് കിഴക്കും ഉണ്ടായി. അവരും ഭാഷയിലും സംസ്കാരത്തിലും തനതുസ്വഭാവങ്ങൾ ഉരുത്തിരിച്ചു. എന്നാൽ ഇതിന്റെയെല്ലാം തുടക്കം വളരെ സാജാത്യമുള്ള ഒരു ഘട്ടത്തിൽനിന്നാണ്. രണ്ടു ഭാഷകളും സംസ്കാരങ്ങളും പഴന്തമിഴ് പാട്ടുകളായ സംഘസാഹിത്യഘട്ടത്തിനു ശേഷമാണ് വഴിപിരിയാൻ തുടങ്ങിയത്. കേരളഭാഷയെന്നു പറയാവുന്ന ഭാഷയിലുള്ള ആദ്യരേഖകൾ പുറപ്പെടുന്നതിന് ഏതാനും നൂറ്റാണ്ടുകൾക്ക് മുമ്പാവണം ഈ വഴിപിരിയൽ തുടങ്ങിയത്. ക്രിസ്തുവർഷം പത്താം നൂറ്റാണ്ടോടെ ഈ പിരിവ് ഏതാണ്ട് പൂർത്തിയായി. കാവേരിയും കൊള്ളിടമാറും പിരിയും പോലുള്ള ഈ വേർതിരിവ് ഉണ്ടായിവരുംമുമ്പ് മിക്കവാറും സന്നിപതിച്ചുനിൽക്കുന്ന രണ്ടു വൃത്തങ്ങൾ പോലെയായിരുന്നു തമിഴ്- മലയാള ഭാഷകളും സംസ്കാരങ്ങളും. ഒന്നായിച്ചേരാത്ത ഭാഗങ്ങൾ ഇവ തമ്മിൽ അന്നേ നിലനിന്ന വ്യത്യാസങ്ങളെ കുറിക്കുന്നു. വ്യത്യാസങ്ങളേക്കാൾ ഏറെയുണ്ടായിരുന്നത് ഏകതയായിരുന്നു എന്നോർക്കണം. അന്ന്

പാണ്ഡ്യചോളന്മാരുടെ നാട്ടിലെയും ചേരമെന്ന കേരളത്തിലെയും ഭാഷയും സംസ്കാരവും ജീവിതരീതിയും ആചാരവിശ്വാസങ്ങളും ഏതാണ്ട് ഒരുപോലെയായിരുന്നു. മൂവേന്തരുടെ തമിഴകം എന്ന പ്രസിദ്ധിയും ഉണ്ടായിരുന്നു. ഈ നിലയ്ക്ക് പഴന്തമിഴ് പാട്ടുകൾ ഇന്നത്തെ തമിഴർക്കെന്നപോലെ കേരളീയർക്കും അവകാശപ്പെട്ട തറവാട്ടുമുതലാണ്. ഇതിന്റെ പേരിൽ തമിഴിനു കിട്ടുന്ന എന്തു പദവിക്കും മലയാളവും അർഹമാണ്. വാസ്തവത്തിൽ ആ കൃതികളിലെ ഭാഷയും സംസ്കാരവും കേരളീയർക്ക് എത്ര അന്യമാണോ മിക്കവാറും അത്രതന്നെ ഇന്നത്തെ തമിഴർക്കും അവ അന്യമാണ്. തമിഴും മലയാളവും തിരിയാത്ത ചിലർ കേരളഭാഷ തമിഴിന്റെ മകളാണെന്നും പതിനാറാം നൂറ്റാണ്ടിനുമുമ്പ് കേരളത്തിന് സ്വന്തമായ ജീവിതമില്ലായിരുന്നുവെന്നും വാദിക്കാറുണ്ട്. ഇതിനെ പ്രതിരോധിക്കാൻ ചില മലയാളഭാഷാസ്നേഹികൾ പരിചയെടുക്കാറുമുണ്ട്. മലയാളഭാഷയുടെയും സംസ്കാരത്തിന്റെയും വ്യാവർത്തകലക്ഷണങ്ങൾ അനാദികാലം മുതൽ ഉണ്ടായിരുന്നു എന്നവർ വാദിച്ചുകളയും. മലയാളത്തിനും തമിഴിനുമുള്ള ചാർച്ച തമിഴ്പെരുമാക്കന്മാരുടെ ഭരണംകൊണ്ട് ഉണ്ടായിവന്നതാണെന്നും കർണാടകാന്ധ്രഭാഷകളിൽനിന്നുള്ളത്ര അകൽച്ച തമിഴ്- മലയാളങ്ങൾ പുലർത്തുന്നുണ്ടെന്നും ഇവരുടെ വാദം നീളും. പഴന്തമിഴ് പാട്ടുകൾ താരതമ്യദൃഷ്ടിയോടെ വായിക്കുക എന്നതാണ് രണ്ടു കൂട്ടരുടെയും അതിവാദത്തിനുള്ള മറുപടി.

കേരളത്തിന്റെ പഴയ ചരിത്രം നിർമ്മിക്കാൻ തമിഴ് സാഹിത്യത്തെ ആശ്രയിച്ചതും *ചെന്തമിഴ്* ചേർന്ന എന്നതിന് യുക്തിസഹമായ വ്യാഖ്യാനം ചമച്ചതും ഇളംകുളമാണെന്നാണ് മിക്ക മലയാളവിദ്യാർത്ഥികളുടെയും ധാരണ. എന്നാൽ സൂത്രരൂപത്തിലുള്ള എൽ. വി. ആറിന്റെ പ്രസ്താവങ്ങൾക്ക് വിപുലമായ ഭാഷ്യം ചമയ്ക്കുക മാത്രമാണ് ഇളംകുളം ചെയ്തതെന്നും അതുതന്നെ ഒന്നരപ്പതിറ്റാണ്ട് പിന്നിട്ടതിനു ശേഷമാണെന്നും ടി. ബി. വേണുഗോപാലപ്പണിക്കർ നിരീക്ഷിച്ചിട്ടുണ്ട്. സംഘസാഹിത്യമെന്നു പറഞ്ഞുവരുന്ന പഴന്തമിഴ് പാട്ടുകളിലെ യുദ്ധരീതി, വടക്കിരിക്കൽ എന്ന ആത്മഹനനം, ചാവേറ്റുപട തുടങ്ങിയ ദൃശ്യങ്ങൾ *അന്നത്തെ കേരളം, സംസ്കാരത്തിന്റെ നാഴികക്കല്ലുകൾ* തുടങ്ങിയ ഇളംകുളംകൃതികളിൽ കാണുന്നത്ര തെളിവോടെതന്നെ എൽ. വി. ആറും വരച്ചു കാണിച്ചിട്ടുണ്ടെന്നും ഈയിടെയായി പലരും കൊണ്ടാടിക്കൊണ്ടു നടക്കുന്ന ഐന്തിണയെന്ന കാവ്യസങ്കേതവും എൽ. വി. ആർ. ഈ ലേഖനത്തിൽ പരിചയപ്പെടുത്തിയിട്ടുണ്ടെന്നും വേണുഗോപാലപ്പണിക്കർ കൂട്ടിച്ചേർക്കുന്നുണ്ട്.

പഴന്തമിഴ്പ്പാട്ടുകളുടെ കാലം മുതൽ കേരളത്തിൽ നിലനിൽക്കുന്ന സാംസ്കാരികമുദ്രകൾ ചൂണ്ടിക്കാണിച്ചുകൊണ്ടാണ് എൽ. വി. ആർ. ഈ പ്രബന്ധം ഉപസംഹരിക്കുന്നത്.

Our Language- A Causerie

Causerie എന്ന വാക്കിന് അനൗപചാരികചർച്ച എന്നർത്ഥം പറയാം. ഭാഷാശാസ്ത്രത്തിന്റെ വിഷയവ്യാപ്തിയും അന്വേഷണരീതിയും, ചരിത്രാത്മകമുഖം, താരതമ്യാത്മകമുഖം, വിവരണാത്മകമുഖം എന്നിങ്ങനെ നാലു ഭാഗങ്ങളാണ് ഈ പ്രബന്ധത്തിനുള്ളത്. പ്രസിദ്ധീകരണവർഷം കൃത്യമായറിയില്ല. ഭാഷയ്ക്ക് ചരിത്രമുണ്ട്. ബന്ധപ്പെട്ട ഭാഷകളുമായി ചരിത്രദൃഷ്ട്യാ താരതമ്യം ചെയ്യാവുന്ന സമാനലക്ഷണങ്ങളുണ്ട്. തൽക്കാല സ്വഭാവവിവരണത്തിനു വഴങ്ങുന്ന സ്വലക്ഷണങ്ങളുമുണ്ട്. ഇതനുസരിച്ച് ഭാഷാശാസ്ത്രത്തിന് വ്യത്യസ്തമേഖലകളുണ്ട്. Linguistics എന്ന പദം അനവധി ഭാഷകളറിയുന്ന ഏർപ്പാടായ Polyglottism അല്ല. പഴയ രേഖകൾ ചരിത്ര- സംസ്കാരദൃഷ്ട്യാ പഠിക്കുന്ന Philologyയും അല്ല. Comparative Philology എന്ന പഴയ വിഷയവുമല്ല. ഭാഷകളെ പുതിയ വീക്ഷണകോണുകളിൽനിന്നുകൊണ്ട് ശ്രദ്ധിക്കുന്ന ആധുനികഭാഷാശാസ്ത്രജ്ഞർ പഴയ രേഖകളെ അപ്പാടെ തള്ളിക്കളയുന്നുമില്ല. ഇത്രയും കാര്യങ്ങളാണ് പ്രബന്ധത്തിന്റെ ഒന്നാം ഭാഗത്ത് വിശദീകരിക്കുന്നത്.

മലയാളഭാഷാചരിത്രരചനയ്ക്ക് സഹായകമായ രേഖകൾ എന്തെല്ലാം കിട്ടാനുണ്ട്, അവ ഉപയോഗിക്കേണ്ടതെങ്ങനെ എന്നൊക്കെയാണ് അടുത്ത ഭാഗത്ത് അന്വേഷിക്കുന്നത്. തുടർന്ന്, മലയാളഭാഷാചരിത്രത്തിന്റെ തുടക്കത്തെ താരതമ്യചരിത്രമനുസരിച്ച് ഏതു ദ്രാവിഡഭാഷയുമായാണ് ബന്ധിപ്പിക്കേണ്ടതെന്ന് അന്വേഷിക്കുന്നു. മലയാളഭാഷ കന്നടം, തെലുങ്ക് എന്നിവയെപ്പോലെ ദ്രാവിഡത്തിന്റെ ഒരു സ്വതന്ത്രശാഖയാണെന്ന പ്രസ്താവം എത്രത്തോളം അശാസ്ത്രീയമാണെന്ന അന്വേഷണമാണ് പിന്നീട് നടത്തുന്നത്. വർണപരവും ഘടനാപരവുമായി തമിഴ്- മലയാളങ്ങൾക്കുള്ള സാദൃശ്യവും തെലുങ്ക്- കന്നടങ്ങളിൽനിന്നുള്ള വൈജാത്യവും അക്കമിട്ടു നിരത്തി പഴന്തമിഴിനേക്കാൾ മലയാളത്തിനു സാദൃശ്യം ഇടത്തമിഴിന്റെ ആദ്യഅടരിനോടാണെന്നു സമർത്ഥിക്കുന്നു.

അവസാനഖണ്ഡമായ വിവരണാത്മകമുഖം എൽ. വി. ആറിന്റെ ധൈഷണിക പരിസരത്തിൽ പ്രാദേശികവാമൊഴിഭേദങ്ങൾ എങ്ങനെയൊക്കെ അടയാളപ്പെട്ടുന്നു എന്നു വ്യക്തമാക്കുന്നു.

വ്യാകരണകൃതികളിൽ വ്യാകരിക്കപ്പെടുന്നത് വരമൊഴിയാണ്. വാമൊഴിയിലെ ഭാഷാഭേദങ്ങൾ പലപ്പോഴും അവഗണിക്കപ്പെടുന്നു. വാമൊഴി ഒരു ചിരിക്കോപ്പായി കരുതുന്ന ശീലവുമുണ്ട്. ജീവിക്കുന്ന ഭാഷ ദേശമനുസരിച്ചും സമുദായവിഭാഗമനുസരിച്ചും പലതരം മാറ്റങ്ങളും കാണിക്കുന്ന ഭാഷാഭേദങ്ങളുടെ കൂട്ടമാണ്. ഭാഷയുടെ ഇത്തരം വ്യതിരിക്തതകളിലാണ് ഭാഷാശാസ്ത്രജ്ഞരുടെ നോട്ടം. ഈ ആമുഖത്തിനു ശേഷം ഉച്ചാരണത്തിലും വർണവ്യത്യാസത്തിലും വ്യാകരണത്തിലുമുള്ള പ്രാദേശികവ്യതിയാനങ്ങൾ അദ്ദേഹം സവിസ്തരം പ്രതിപാദിക്കുന്നു. തന്റെ ഉദാഹരണങ്ങൾ ഒറ്റനോട്ടത്തിലുള്ളവ മാത്രമാണെന്നും സൂക്ഷ്മമായി അന്വേഷിക്കുന്നതിന് മലയാളഭാഷയുടെ ഒരു ഭാഷാഭേദസർവ്വേ ആവശ്യമാണെന്നും അദ്ദേഹം തുടർന്നു പറയുന്നുണ്ട്. കൊച്ചി സംസ്ഥാനത്തുതന്നെ തെക്കു കുമ്പളങ്ങി- ചെല്ലാനം എന്നീ ഭാഗത്തുനിന്നു തുടങ്ങി വടക്ക് കുന്നംകുളം- ഷൊർണൂർ വരെയുള്ള വൈജാത്യങ്ങൾ എത്രയെത്ര! വടക്ക് ചിറ്റൂർ താലൂക്ക് തനിച്ചൊരു മേഖലതന്നെ. ക്രിസ്ത്യൻ അരയന്മാരുടെ ഭാഷയും ഹിന്ദു വാലന്മാരുടെ ഭാഷയും തമ്മിലുമുണ്ട് വ്യത്യാസം. നല്ലവണ്ണം പഴമ സൂക്ഷിക്കുന്ന ജൂതന്മാരാകട്ടെ പല യൂറോപ്യൻഭാഷകളിലെ വാക്കുകളും കടംവാങ്ങി വെച്ചിരിക്കുന്നു. തെക്കൻ കൊച്ചിയിലെ ക്രിസ്ത്യൻഭാഷയും തൃശ്ശൂരിലെ ക്രിസ്ത്യൻഭാഷയും നല്ലവണ്ണം വ്യത്യാസപ്പെട്ടാണിരിക്കുന്നത്. നമ്പൂതിരിയുടെയും നായാടിയുടെയും ഭാഷാഭേദങ്ങളും ഇപ്രകാരംതന്നെ. ഇത്തരത്തിൽ അതിസൂക്ഷ്മമായ സ്വനവ്യതിയാനങ്ങൾ പോലും കുറിച്ചെടുക്കാൻ പരിശീലനം കിട്ടിയവരെയാണ് സർവ്വേ നടത്താൻ നിയോഗിക്കേണ്ടത്.

ഭാഷാഭൂപടം നിർമ്മിക്കാൻ എങ്ങനെ തയ്യാറെടുക്കണമെന്നും ഐസോഗ്ലോസുകൾ വരക്കേണ്ടത് എപ്രകാരമാണെന്നും ഭാഷാഭേദഭൂപടം നരവംശശാസ്ത്രത്തെയും സാമൂഹ്യശാസ്ത്രത്തെയും ഏതെല്ലാം വിധത്തിൽ സഹായിക്കുമെന്നും തുടർന്നു പറയുന്നു. കേരളപ്പഴമയുടെ വിവിധ തലങ്ങൾ തേടുന്നവരെ ഇത്തരം ഒരു സർവ്വേ എങ്ങനെ സഹായിക്കുമെന്നു പറഞ്ഞ് ലേഖനം അവസാനിപ്പിക്കുന്നു.

Linguistica (1931)

ഇരുപതാം നൂറ്റാണ്ടിന്റെ ആദ്യത്തെ മൂന്നു ദശകങ്ങളിൽ യൂറോപ്യൻ ഭാഷാശാസ്ത്രത്തിൽ വന്ന പുരോഗതിയാണ് ലേഖനവിഷയം. സവിശേഷപഠനം (Specialisation) ആണ് പുതിയ പ്രവണത എന്നദ്ദേഹം ചൂണ്ടിക്കാട്ടുന്നു. പുരോഗതിയുടെ വേഗം കൊണ്ട് എല്ലാ ശാഖകളിലും ഒന്നുപോലെ പരിചയം നേടുക അസാധ്യമായിരിക്കുന്നു. നിലവാരപ്പെട്ട

ഭാഷയേക്കാൾ (Standardized Variety) നാടൻഭാഷാഭേദങ്ങളാണ് പലപ്പോഴും ഭാഷാവസ്തുതകളെ വെളിപ്പെടുത്തുന്നത് എന്ന സത്യം സ്വീകരിക്കപ്പെട്ടിരിക്കുന്നു. ഇതാണ് ഭാഷാഭേദപഠനത്തിന്റെ സാംഗത്യം. Dialectography എന്ന വാക്കാണ് അദ്ദേഹം ഉപയോഗിക്കുന്നത്. പരീക്ഷണസ്വനവിജ്ഞാനമേഖല (Experimental Phonetics) യും കൂടുതൽ ശ്രദ്ധിക്കപ്പെടുന്നുണ്ട്. ഭാഷയുടെ മനോനിഷ്ഠവും സമൂഹനിഷ്ഠവുമായ മുഖങ്ങൾ മുൻപുള്ളതിലും ശ്രദ്ധ നേടിയിട്ടുണ്ടെന്ന കാര്യവും എൽ. വി. ആർ. ചൂണ്ടിക്കാട്ടുന്നു. ഇന്തോയൂറോപ്യൻ ഭാഷാശാസ്ത്രത്തിൽ ഫ്രഞ്ച് ഭാഷാശാസ്ത്രജ്ഞർ പറയുന്ന ബഹുകാലികവും ഏകകാലികവുമായ പഠനങ്ങൾ തഴയ്ക്കുന്നു. താരതമ്യഭാഷാശാസ്ത്രത്തിന്റെ ഉപലക്ഷണങ്ങൾ സാമൂഹ്യശാസ്ത്രത്തിലും സംസ്കൃതപഠനത്തിലും പ്രയോജനപ്പെടുത്തി വരുന്നു. നരവംശശാസ്ത്രജ്ഞരുടെ പരിശ്രമങ്ങൾ പറഞ്ഞ കൂട്ടത്തിൽ ആൺ-പെൺ വ്യത്യാസവും (Sex Difference) ലിംഗവ്യത്യാസവും (Gender Difference) തമ്മിൽ പൊരുത്തം വരാത്തതിനെപ്പറ്റിയുള്ള അഭിപ്രായങ്ങളും എൽ. വി. ആർ. ഉദ്ധരിക്കുന്നുണ്ട്. ഇങ്ങനെ യൂറോപ്പിലെ ഭാഷാശാസ്ത്രത്തിന്റെ പുതുശാഖകളെയും പഴമയുടെ പുതുനാമ്പുകളെയും പരിചയപ്പെടുത്തിയ ശേഷം ഈ നവീനതകൾ കുറച്ചൊക്കെ ഇന്ത്യയിലും പ്രതിഫലിക്കാതിരുന്നിട്ടില്ല എന്ന് നിരീക്ഷിക്കുന്നു. ഗ്രിയേഴ്സൺ, സിദ്ധേശ്വർവർമ്മ, സുനീത്കുമാർ ചാറ്റർജി, ബാബുറാം സാക്സേന എന്നിവരുടെ സംഭാവനകളെപ്പറ്റി സംക്ഷിപ്തമായി പ്രതിപാദിക്കുന്നുണ്ട്. ഭാഷാവസ്തുതകൾ ലഭ്യമാക്കുകയാണ് കേവലസിദ്ധാന്തങ്ങൾ മെനയുന്നതിലും പ്രധാനം എന്നദ്ദേഹം ചൂണ്ടിക്കാട്ടുന്നു. പൃഷ്ഠദ്രാവിഡഭാഷകളിൽനിന്ന് ഭാഷാവസ്തുതകൾ കിട്ടാനുണ്ടെങ്കിലും തൃപ്തികരമായ ഭാഷാചരിത്രവിവരണം അവയിലൊന്നുമില്ലെന്ന് എൽ. വി. ആർ. പരിതപിക്കുന്നുണ്ട്. വർമ്മയും ചാറ്റർജിയും മുൻകയ്യെടുത്തു സ്ഥാപിച്ച ഭാഷാശാസ്ത്രസംഘ (Linguistic Society of India) ത്തിൽ പ്രതീക്ഷയർപ്പിച്ചുകൊണ്ട് അദ്ദേഹം ലേഖനം ഉപസംഹരിക്കുന്നു.

ഭാഗം മൂന്ന്

ഭാഷാചരിത്രവും ഭാഷാശാസ്ത്രവും മലയാളത്രൂപിമപരിണാമപഠനത്തിൽ

മലയാളഭാഷാശാസ്ത്രത്തിൽ എൽ. വി. ആറും മലയാളഭാഷാചരിത്രത്തിൽ **ദ എവല്യൂഷൻ ഓഫ് മലയാളം മോർഫോളജി (മലയാളരൂപിമപരിണാമപഠനം)**യും എത്രമാത്രം പ്രസക്തമാണ് എന്ന ആലോചനയ്ക്ക് വഴിതുറക്കുകയാണിവിടെ. എ. ആറും എൽ. വി. ആറും മലയാളത്തിലെ വിഭക്തിപ്രത്യയങ്ങളുടെ പരിണാമത്തെ നോക്കിക്കണ്ടവിധം, മലയാളത്തിലെ ക്ലാസിക് കൃതികളുടെ ഭാഷാപഗ്രഥനവും രൂപിമപരിണാമവിശകലനവും, പ്രാദേശികവാമൊഴിഭേദങ്ങൾ എൽ. വി. ആറിന്റെ ധൈഷണികപരിസരത്തിൽ, മലയാളഭാഷയുടെ പഴക്കവും എൽ. വി. ആറിന്റെ ഭാഷാചരിത്രവാദവും, ഗുണ്ടർട്ടിന്റെ സ്വാധീനം എൽ. വി. ആറിൽ എന്നീ വിഷയങ്ങളാണ് ഇവിടെ ചർച്ച ചെയ്യുന്നത്.

1. ഭാഷാശാസ്ത്രത്തിലെ എൽ. വി. ആർ. യുഗം

യൂറോപ്യൻഭാഷാശാസ്ത്രത്തിൽ വികസിച്ചുവന്ന നവീനമായ അറിവുകളും രീതിശാസ്ത്രങ്ങളും ദ്രാവിഡഭാഷകളിൽ അവതരിപ്പിക്കുകവഴി എൽ. വി. ആർ. (എൽ. വി. രാമസ്വാമിഅയ്യർ) മലയാളഭാഷാപഠനത്തിൽ പുതുയുഗത്തിന്റെ പ്രതിനിധിയായി. ഇരുപതാം നൂറ്റാണ്ടിനെ 'ഭാഷാശാസ്ത്രത്തിലെ എൽ. വി. ആർ. യുഗം' എന്ന് എ. കാമാച്ചിനാതൻ വിശേഷിപ്പിച്ചതിന്റെ സാഹചര്യം ഇതാണ്. അനുമാനപരമായ സാമാന്യവൽകരണത്തിനു പ്രാധാന്യം നൽകുന്ന പരമ്പരാഗതസമ്പ്രദായങ്ങൾ മുതൽ ഉപാദാനശേഖരണം, സൂക്ഷ്മവും ക്രമവുമായ പരിശോധന, പരികൽപനകളുടെ നിർമ്മിതി, സിദ്ധാന്തവൽകരണം എന്നിവ ഉൾപ്പെടുന്ന സമകാലികരീതിശാസ്ത്രങ്ങൾ വരെ ആഴത്തിൽ പഠിച്ചും ഉൾക്കൊണ്ടും ദ്രാവിഡഭാഷാശാസ്ത്രമേഖലയിൽ എൽ. വി. ആർ. വിഹരിച്ചു. സ്വന, സ്വനിമ, രൂപ, രൂപസ്വനിമതലങ്ങളിൽനിന്നുകൊണ്ടുള്ള വ്യാഖ്യാനം ഭാഷയുടെ മൂലഘടകങ്ങളെ കണ്ടെത്താൻ അദ്ദേഹത്തെ പ്രാപ്തനാക്കി. മലയാളഭാഷാവിജ്ഞാനം, തമിഴ്ഭാഷാവിജ്ഞാനം, തമിഴ്-മലയാളബന്ധം, ദ്രാവിഡഭാഷാതാരതമ്യാത്മകവിജ്ഞാനം എന്നീ പഠനമേഖലകളിൽ അദ്ദേഹം യഥേഷ്ടം വ്യാപരിക്കുകയും ഗഹനമായ പ്രബന്ധങ്ങൾ രചിക്കുകയുമുണ്ടായി.

2. മലയാളഭാഷോൽപ്പത്തി

മലയാളഭാഷയുടെ പിറവിയും വളർച്ചയും പഴക്കവും സംബന്ധിച്ച് നിരവധി വാദങ്ങൾ ഉയർന്നുവന്നിട്ടുണ്ട്. ഇപ്പോഴും ഉയർന്നുവരുന്നുമുണ്ട്; ക്ലാസിക്കൽപദവിയുടെ പശ്ചാത്തലത്തിൽ പ്രത്യേകിച്ചും. മലയാളത്തിന്റെ അച്ഛൻ സംസ്കൃതമാണെന്നും അമ്മ തമിഴാണെന്നും മലയാളവും തമിഴും സഹോദരിമാരാണെന്നുമൊക്കെ പൂർവ്വഗാമികൾ സിദ്ധാന്തിച്ചുവെച്ചിട്ടുണ്ട്. മലയാളഭാഷോൽപ്പത്തിയെ സംബന്ധിച്ച് ഇതുവരെയുണ്ടായ മുഴുവൻ വാദങ്ങളെയും സംസ്കൃതജന്യവാദം, ഭാഷാമിശ്രവാദം, ഉപശാഖാവാദം, സ്വതന്ത്രവാദം എന്നീ ശീർഷകങ്ങൾക്കുകീഴിൽ ക്രോഡീകരിക്കാവുന്നതാണ്. മറ്റു വാദങ്ങളുടെ പിൻബലത്തോടെയല്ലാതെ ഇവയിൽ ഒരു വാദത്തെയും വിശദീകരിക്കാനോ വ്യാഖ്യാനിക്കാനോ കഴിയില്ല എന്നതാണു സത്യം.

കാൽഡ്വൽ അവതരിപ്പിച്ച ഉപശാഖാവാദത്തിന്റെ വക്താവാണ് എൽ. വി. ആർ. ഒരർത്ഥത്തിൽ കാൽഡ്വലിന്റെയും കേരളപാണിനിയുടെയും വാദങ്ങൾക്ക് കൂടുതൽ വ്യക്തത നൽകുകയായിരുന്നു അദ്ദേഹം. കാൽഡ്വൽ ദ്രാവിഡഭാഷകളെ പൊതുവെയും തമിഴിനെ

സവിശേഷമായും പരിഗണിക്കുമ്പോൾ കേരളപാണിനി വ്യാകരണ പശ്ചാത്തലത്തിലൂന്നിയുള്ള പഠനങ്ങളിലാണ് ശ്രദ്ധിച്ചത്. ഇതിൽ നിന്നെല്ലാം വ്യത്യസ്തമായി മലയാളത്തിലെ ലിഖിതസാഹിത്യം അടിസ്ഥാനമാക്കി ഭാഷാശാസ്ത്രരീത്യാലുള്ള പഠനങ്ങൾ നടത്തിയ എൽ. വി. ആർ. മലയാളഭാഷാശാസ്ത്രത്തിന് കനപ്പെട്ട സംഭാവനകൾ നൽകുകയുണ്ടായി.

ദക്ഷിണേന്ത്യയിലെ മറ്റു ദ്രാവിഡഭാഷകളുമായി മലയാളത്തിനുള്ള ഭാഷാശാസ്ത്രപരമായ ബന്ധം ഉറപ്പിക്കാനായി *ദ എവല്യൂഷൻ ഓഫ് മലയാളം മോർഫോളജി*യിൽ എൽ. വി. ആർ. തന്റെ അന്വേഷണം മുഖ്യമായും രണ്ടു തലങ്ങളിലേയ്ക്കാണ് വികേന്ദ്രീകരിക്കുന്നത്.

1. മലയാളം മറ്റു ദക്ഷിണദ്രാവിഡഭാഷകളേക്കാൾ കൂടുതലായി തമിഴിനോട് എത്രമാത്രം അടുത്തുനിൽക്കുന്നു.
2. ദക്ഷിണദ്രാവിഡഭാഷകളിൽവെച്ച് മലയാളം കൂടുതൽ അടുപ്പം കാണിക്കുന്നത് തമിഴിനോടാണെങ്കിൽ, തമിഴിന്റെ ഏതു പ്ര ത്യേകകാലഘട്ടത്തോടാണ് അത് കൂടുതൽ അടുത്തിരിക്കുന്നത്.

മലയാളഭാഷോൽപ്പത്തിസിദ്ധാന്തങ്ങളെ വേണ്ടവിധം പരിചരിക്കാതെ ഒരു മലയാളഭാഷാശാസ്ത്രകൃതിയും രൂപംകൊണ്ടിട്ടില്ലാത്ത കാലത്താണ് *ദ എവല്യൂഷൻ ഓഫ് മലയാളം മോർഫോളജി* പ്രസിദ്ധീകൃതമായത് എന്നതുകൊണ്ടു മാത്രമല്ല ഇതിൽ മലയാളഭാഷോൽപ്പത്തി ചിന്താവിഷയമാകുന്നത്. പ്രസ്തുതകൃതിയുടെ രചനാലക്ഷ്യംതന്നെ ഉപശാഖാവാദത്തിന് കൂടുതൽ കെട്ടുറപ്പുണ്ടാക്കുകയായിരുന്നു.

3. മലയാളരൂപിമപരിണാമപഠനം

വാക്കുകളുടെ ആന്തരരൂപപഠനമാണ് രൂപിമപഠനം(Morphology). ഭാഷാഘടകങ്ങളിൽ അർത്ഥയുക്തമായ ഏറ്റവും ചെറിയ ഘടകം രൂപിമ (Morpheme) മാണ്. ഇവ പ്രകൃതികളെന്നും പ്രത്യയങ്ങളെന്നും രണ്ടു തരമുണ്ട്. പ്രകൃതികൾക്ക് സ്വന്തമായ അർത്ഥവും പ്രയോഗവും ഉണ്ട്. അവ മറ്റു ഭാഷകളിലേയ്ക്ക് സംക്രമിക്കാൻകൂടി ശേഷിയുള്ളവയാണ്. സാർത്ഥകമായ ഈ നില്പുകൊണ്ടാണ് അവയെ സ്വതന്ത്രരൂപിമങ്ങ (Free Morphemes) ളെന്നു വിളിക്കുന്നത്. പ്രത്യയങ്ങളാകട്ടെ സ്വതന്ത്രമായി നിലനിൽപ്പില്ലാത്തതും ആദാനത്തിന് പെട്ടെന്നൊന്നും വഴങ്ങാത്തവയുമാണ്. അവയാണ് ഭാഷയുടെ തനതുസമ്പത്ത്. ഇവ ആശ്രിത (ബദ്ധ) രൂപിമങ്ങൾ (Bound Morphemes) എന്നറിയപ്പെടുന്നു. രൂപസാദൃശ്യത്തിലൂടെ ഭാഷകളുടെ ഗോത്രബന്ധം നിർണയിക്കാനാവുമെന്നതിനാൽ രൂപിമപഠനം ഭാഷാപരിണാമപഠനം തന്നെയാണ്.

രൂപിമങ്ങളെ മാത്രം അടിസ്ഥാനമാക്കി മലയാളത്തിൽവന്ന ഏകപഠനഗ്രന്ഥമാണ് എൽ. വി. ആറിന്റെ *ദ എവല്യൂഷൻ ഓഫ് മലയാളം മോർഫോളജി* (മലയാളരൂപിമപരിണാമപഠനം). 1936-ൽ രാമവർമ്മ റിസർച്ച് ഇൻസ്റ്റിറ്റ്യൂട്ട് കമ്മിറ്റിയാണ് ഇതു പുറത്തിറക്കിയത്. ആദ്യകാലത്തുണ്ടായ സാഹിത്യകൃതികളിൽനിന്നും ശിലാലിഖിതങ്ങളിൽനിന്നും തെളിവുകൾ ശേഖരിച്ച് സിദ്ധാന്തരൂപീകരണം നടത്തുന്ന രീതിശാസ്ത്രം വളരെ കൃത്യമായി പിന്തുടർന്നതിനാൽ ദത്തശേഖരണത്തിന്റെ മികച്ച മാതൃക കാഴ്ച്ചവെക്കാൻ ഈ ദീർഘപ്രബന്ധത്തിനു കഴിഞ്ഞു. വിഭക്തികൾ (Nominal Inflexions), ചുട്ടെഴുത്തുകൾ (Demonstratives), സർവ്വനാമങ്ങൾ (Pronouns), ക്രിയകൾ (Verbs), മറ്റുചില മലയാളരൂപീകരണങ്ങൾ (Miscellaneous Malayalam Formations), ചില മലയാളക്ലാസിക്കുകളുടെ ഭാഷ (The Language of Some Malayalam classics), ചാർച്ചകൾ (Affiliations) എന്നിങ്ങനെ ഏഴ് അധ്യായങ്ങളാണിതിലുള്ളത്. പ്രസ്തുതഗ്രന്ഥത്തിന്റെ ആമുഖത്തിൽ മലയാളഭാഷയുടെ ഘട്ടവിഭജനം നടത്താൻ എൽ. വി. ആർ. മറക്കുന്നില്ല. മറ്റു ഭാഷാചരിത്രകാരന്മാർ നടത്തിയ ഘട്ടവിഭജനത്തേക്കാൾ ശാസ്ത്രീയമാണിത്. പഴയ മലയാളം പുതിയ മലയാളത്തിലേക്ക് കടക്കുന്നത് എഴുത്തച്ഛനോടുകൂടിയാണെന്നാണ് എൽ. വി. ആറിന്റെ നിഗമനം. ചെറുശ്ശേരിയുടെ ഭാഷ പഴമകൾ പലതും അവശേഷിപ്പിക്കുന്നുണ്ടെന്നതു തന്നെ കാരണം. തുടർന്ന് വിവിധ അധ്യായങ്ങളിലായി മലയാളത്തിലെ നാമപ്രകൃതികൾക്കും പ്രത്യയങ്ങൾക്കും ഗതികൾക്കും ക്രിയകൾക്കും തമിഴിൽനിന്നുള്ള വ്യത്യാസങ്ങൾ ചർച്ച ചെയ്യുന്നു. മലയാളത്തിന് തനതായുള്ള രൂപങ്ങളിലേക്കും മലയാളം ഇപ്പോഴും സംരക്ഷിക്കുന്ന പഴമകളിലേക്കും ചിന്തയെ വ്യാപരിപ്പിക്കുകയും മാറ്റങ്ങളുടെ തുടക്കം ഇടത്തമിഴിന്റെ ആദ്യഘട്ടത്തിൽനിന്നാണെന്ന് സമർത്ഥിക്കുകയും ചെയ്യുന്നു. മലയാളഭാഷയിൽ ഇടത്തമിഴിന്റെ തുടർച്ചയും പഴന്തമിഴിന്റെ തുടർച്ചയും മാത്രമല്ല തനതുപരിണാമങ്ങളുമുണ്ട്. പുസ്തകത്തിൽ അവിടവിടെയായി ഇക്കാര്യവും എൽ. വി. ആർ. കൈകാര്യം ചെയ്യുന്നുണ്ട്.

ദത്തശേഖരണത്തിന്റെ മികച്ച മാതൃകയാണ് *ദ എവല്യൂഷൻ ഓഫ് മലയാളം മോർഫോളജി.* ഇടത്തമിഴിന്റെ ആദ്യഅടരിൽ (Early Middle Tamil) നിന്ന് പരിണമിച്ച വികസിച്ചതാണ് മലയാളം എന്ന തന്റെ ഉപശാഖാവാദത്തിന് ഉപോൽബലകമായ തെളിവുകൾ സാഹിത്യകൃതികളിൽനിന്നും ശിലാപാഠങ്ങളിൽനിന്നും അദ്ദേഹം ശേഖരിച്ചു. *നാഗാനന്ദം കിളിപ്പാട്ടു*പോലെ അപൂർവ്വമായ പല രചനകളും അദ്ദേഹം ഇതിനുവേണ്ടി ഉപയോഗപ്പെടുത്തി. വള്ളത്തോളിന്റെ *ഭക്തിയും*

*വിഭക്തി*യും എന്ന കാവ്യത്തിൽനിന്നുപോലും എൽ. വി. ആർ. ദത്ത ശേഖരണം നടത്തിയിട്ടുണ്ട്.

ഉണ്ണുനീലിസന്ദേശം, ലീലാതിലകം, കണ്ണശ്ശരാമായണം, കണ്ണശ്ശ ഭാരതം, കണ്ണശ്ശഭാഗവതം, ഭാഷാഭഗവദ്ഗീത, ശിവരാത്രിമഹാത്മ്യം, രാമകഥാപ്പാട്ട്, കൃഷ്ണഗാഥ, രാമചരിതം, രാമായണം ചമ്പു, ഭാഗവതം ഭാഷാഗദ്യം, എഴുത്തച്ഛന്റെ കിളിപ്പാട്ടുകൾ, പൂന്താനം കൃതികൾ മുതലായ പ്രസിദ്ധകൃതികളോടൊപ്പം വിഷ്ണുഗീത ഹംസപ്പാട്ട്, കല്ലേങ്കുളങ്ങര വാര്യരുടെ വേതാളചരിതം, രുഗ്മാംഗദചരിതം ഗാഥ, മോക്ഷദായകം, ചാണക്യസൂത്രം, പാർവ്വതീപാണിഗ്രഹണം തുടങ്ങി അത്രയൊന്നും പ്രശസ്തമല്ലാത്ത സാഹിത്യകൃതികളും എൽ. വി. ആർ. ദത്തശേഖരണത്തിന് ഉപയോഗിച്ചിട്ടുണ്ട്. ഭാഷാശാസ്ത്രത്തോടൊപ്പം മലയാളസാഹിത്യകൃതി കളിലും അദ്ദേഹം ഏറെ തൽപരനായിരുന്നു എന്നതിന് ഇതിൽപരം മറ്റെന്തു തെളിവു വേണം.

*ദ എവല്യൂഷൻ ഓഫ് മലയാളം മോർഫോളജി*യുടെ രചനയ്ക്ക് തൊൽകാപ്പിയവും നന്നൂലും എൽ. വി. ആർ. വളരെയധികം ഉപയോഗപ്പെടുത്തി യിട്ടുണ്ട്. മലയാളഭാഷയെ അധികരിച്ച് എഴുതപ്പെട്ട ആദ്യകാലവ്യാക രണഗ്രന്ഥങ്ങളിൽ പലതും സംസ്കൃതവ്യാകരണദർശനം പിൻപറ്റുന്നവ യാണെന്നും തമിഴ്വ്യാകരണഗ്രന്ഥങ്ങൾ കുറച്ചുകൂടി സ്വതന്ത്രവീക്ഷണം പുലർത്തുന്നവയാണെന്നും അദ്ദേഹം തിരിച്ചറിഞ്ഞിരിക്കണം.

ദ്രാവിഡഭാഷകളിൽ ആഗമിക-താരതമ്യ-ശാസ്ത്രീയപഠനങ്ങൾക്ക് അടിത്തറ പാകിയത് കാൽഡ്വലാണെങ്കിലും പ്രസ്തുതമേഖലയിൽ ദീർഘദൂരം മുന്നോട്ടു പോയത് എൽ. വി. ആറാണെന്നതിന് *ദ എവല്യൂഷൻ ഓഫ് മലയാളം മോർഫോളജി*യിൽ തെളിവുണ്ട്. മലയാളം തമിഴിന്റെ ഉപശാഖയാണെന്നു മാത്രമേ കാൽഡ്വൽ പറഞ്ഞിട്ടുള്ളൂ. തമിഴിന്റെ ഏതു ഘട്ടത്തിൽനിന്നാണ് മലയാളം പരിണമിച്ചു വികസിച്ചതെന്ന് കൃത്യമായും വ്യക്തമായും പറഞ്ഞത് എൽ. വി. ആറാണ്. ഇതുതന്നെ യാണ് *ദ എവല്യൂഷൻ ഓഫ് മലയാളം മോർഫോളജി*യുടെ പ്രസക്തിയും. പ്രതിപാദനവിഷയംകൊണ്ട് ഭാഷാചരിത്രത്തിന്റെയും പ്രതിപാദനരീ തികൊണ്ട് ഭാഷാശാസ്ത്രത്തിന്റെയും പരിധിക്കകത്താണ് ഈ ഗ്രന്ഥം.

ഭാഷ സംസ്കാരാടിസ്ഥാനത്തിൽ പഠിക്കേണ്ടതാണെന്ന സങ്കല്പ നത്തിൽ എൽ. വി. ആർ. ഉറച്ചു വിശ്വസിച്ചിരുന്നു. അതിനാൽ താൻ സിദ്ധാന്തരൂപീകരണത്തിന് ആശ്രയിച്ച ഉപാദാനങ്ങളെ അദ്ദേഹം സാംസ്കാരികതലത്തിൽ (സാഹിത്യകൃതികളെയും ശിലാപാഠങ്ങളെ യും ഉപയോഗിച്ചുകൊണ്ട്) വിശകലനം ചെയ്തു. ഭാഷാപഠനത്തിലെ

രീതിശാസ്ത്രപരമായ ആധുനികീകരണം കൂടിയാണിത്. ഭാഷാപ്രയോഗങ്ങൾക്ക് സാഹചര്യം അനുസരിച്ചുണ്ടാകുന്ന രൂപപരവും അർത്ഥപരവുമായ വ്യത്യാസങ്ങൾ കണ്ടെത്തി വിവരിക്കുന്നതിലും അദ്ദേഹം അതീവശ്രദ്ധാലുവായിരുന്നു.

എൽ. വി. ആറിന്റെ ബഹുഭാഷാജ്ഞാനം മലയാളരൂപിമപരിണാമപഠനത്തെ കൂടുതൽ കൃത്യതയുള്ളതാക്കാൻ സഹായിച്ചിട്ടുണ്ട്. ആധുനികമലയാളത്തിലെ സവിശേഷരൂപങ്ങളെ പഴന്തമിഴിനോടും ഇടത്തമിഴിനോടും ആധുനികതമിഴിനോടും മാത്രമല്ല ജാഫ്നത്തമിഴിനോടുപോലും ബന്ധിപ്പിച്ചാണ് അദ്ദേഹം അന്വേഷിക്കുന്നത്. ബഹുഭാഷാപാണ്ഡിത്യത്തിന്റെ ബലത്തിലുള്ള ഇത്ര വിപുലമായ ഭാഷാപഠനങ്ങൾ മലയാളത്തിൽ വിരളമാണ്. ബ്രഹ്മാണ്ഡപുരാണം ഗദ്യം പോലുള്ള ചില കൃതികൾ അദ്ദേഹം ഈ പഠനത്തിൽ ഉൾപ്പെടുത്തിയതായി കാണുന്നില്ല. ഈ കുറവ് നികത്താൻ അദ്ദേഹം തന്റെ തുടർലേഖനങ്ങളിൽ ശ്രമിച്ചിട്ടുണ്ട് എന്നാണ് മനസ്സിലാക്കാൻ കഴിയുന്നത്.

അതിപ്രാചീനദശയിൽത്തന്നെ കേരളം തമിഴകത്തിൽനിന്നു വേർപെട്ടിരുന്നുവെന്ന അഭിപ്രായം തള്ളിക്കളഞ്ഞുകൊണ്ട് തമിഴ്-മലയാളങ്ങൾക്ക് ഭാഷാപരവും സാംസ്കാരികവുമായ പൊതുപരിസരം സൃഷ്ടിക്കാൻ എൽ. വി. ആർ. ദ എവല്യൂഷൻ ഓഫ് മലയാളം മോർഫോളജിയെ സമർത്ഥമായി ഉപയോഗിച്ചിട്ടുണ്ടെന്ന് പറയാതെ വയ്യ.

4. രൂപിമവിചാരം എ. ആറിലും എൽ. വി. ആറിലും

പ്രത്യയങ്ങളെ വിശദമായി ചർച്ച ചെയ്തുകൊണ്ടാണ് എ. ആർ. രാജരാജവർമ്മ മലയാളത്തിന് അംഗീകൃതവ്യാകരണം തയ്യാറാക്കിയത്. അതിനായി പരമ്പരാഗതവ്യാകരണത്തിന്റെ രീതിശാസ്ത്രമാണ് അദ്ദേഹം പിൻപറ്റിയത്. അതേസമയം എൽ. വി. രാമസ്വാമിഅയ്യരുടെ *ദ എവല്യൂഷൻ ഓഫ് മലയാളം മോർഫോളജി* എന്ന ഗ്രന്ഥം ആധുനികഭാഷാശാസ്ത്രത്തിന്റെ രീതിശാസ്ത്രം ഉപയോഗിച്ച് മലയാളത്തിന്റെ രൂപിമപരിണാമം അന്വേഷിക്കുന്നു. ഭാഷയുടെ പ്രവർത്തനതത്ത്വങ്ങളാണ് വ്യാകരണം എന്നു മനസ്സിലാക്കി രാജരാജമാർഗത്തിൽ സഞ്ചരിക്കുകയും ആ മാർഗത്തെ തെളിയിക്കുകയുമായിരുന്നു എൽ.വി. ആറിലെ വൈയാകരണൻ. കേരളപാണിനീയത്തെ മറക്കാതെതന്നെ സ്വന്തമായ അടിത്തറ കെട്ടിയുണ്ടാക്കി മലയാളവ്യാകരണപഠനത്തിൽ പുതിയ എടുപ്പുകൾ നിർമ്മിക്കാൻ ശ്രമിച്ചവരിൽ എൽ. വി. ആറിനെയും സ്കറിയ സക്കറിയ ഉൾപ്പെടുത്തിയിട്ടുണ്ട് (കേരളപാണിനീയം, ഡി. സി. ബുക്സ്, കോട്ടയം, 2007, പു. 14). *Notes on Keralapaniniyam* എന്ന

ഒരു ലേഖനംതന്നെ എൽ. വി. ആറിന്റേതായുണ്ട്. മലയാളത്തിന് തനിയായ സംസ്കാരമില്ലെന്നും അതു പിൽക്കാലതമിഴിന്റെ അപഭ്രംശം മാത്രമാണെന്നുമുള്ള അറിവുകെട്ട പ്രാദേശികവാദം പൊളിച്ചുവിട്ടത് കേരളപാണിനീയമാണെന്ന് ഇതിന്റെ ആദ്യഭാഗത്ത് എൽ. വി. ആർ. രേഖപ്പെടുത്തിയതായി കാണുന്നുണ്ട്.

അംഗീകൃതമലയാളവ്യാകരണമെന്ന പുകൾകൊണ്ട *കേരളപാണിനീയ*വും രൂപിമങ്ങളെ മാത്രമെടുത്ത് ആധുനികഭാഷാശാസ്ത്രത്തിന്റെ വെളിച്ചത്തിൽ വിശകലനം ചെയ്ത *ദ എവല്യൂഷൻ ഓഫ് മലയാളം മോർഫോളജി*യും രൂപിമവിചാരത്തിന്റെ ഭൂമികയിൽനിന്ന് താരതമ്യം ചെയ്യുകയാണ് ഇവിടെ. ഇവർ വിശകലനം ചെയ്ത പ്രത്യയമണ്ഡലം വളരെ വിപുലമായതിനാൽ വിഭക്തികളിൽ മാത്രമായി ഒതുക്കിക്കൊണ്ടുള്ള ചർച്ചയാണ് ഇവിടെ ഉദ്ദേശിക്കുന്നത്.

4.1. വിഭക്തി

മറ്റു പദങ്ങളോടുള്ള ബന്ധം കുറിക്കുന്നതിന് നാമങ്ങളിൽ ചേർക്കുന്ന പ്രത്യയങ്ങൾ എന്നു കേരളപാണിനി വിഭക്തിയെ നിർവ്വചിക്കുന്നു. എന്നാൽ വിഭക്തിക്ക് സംസ്കൃതവൈയാകരണന്മാർ നല്കിയ പേരുകളോ വിഭജനരീതിയോ എ. ആർ. സ്വീകരിച്ചിട്ടില്ല. സംസ്കൃതത്തിലെ ഒരേ വിഭക്തിരൂപത്തിന് മലയാളത്തിൽ പല വിഭക്തിരൂപങ്ങൾ ഉപയോഗിക്കുന്നു, സംസ്കൃതത്തിലെ വ്യത്യസ്തവിഭക്തികളുടെ സ്ഥാനത്ത് മലയാളത്തിൽ ഒരേ വിഭക്തി ഉപയോഗിക്കുന്നു, ഭാഷയിൽ ഓരോ അർത്ഥത്തിനും ഓരോ രൂപം സവിശേഷമായുണ്ട് തുടങ്ങിയ ചില യുക്തികളാണ് ഇതിനദ്ദേഹം പറയുന്നത്. പ്രഥമാദിസംജ്ഞകൾ നൽകുന്നത് സംസ്കൃതാനുകരണ ദോഷമാകുമെന്നുപറഞ്ഞ് നിർദ്ദേശികാദിസംജ്ഞകൾ സ്വീകരിക്കുന്നു അദ്ദേഹം. എൽ. വി. ആറാകട്ടെ വിഭക്തികളുടെ പേരിന്റെ കാര്യത്തിൽ അത്ര കണിശതയ്ക്ക് ശ്രമിക്കുന്നില്ല. പ്രതിഗ്രാഹിക അഥവാ രണ്ടാം വിഭക്തി (The Accusative or the Second Case) എന്ന ശീർഷകത്തോടെയാണ് എൽ. വി. ആർ. വിഭക്തിചർച്ച തുടങ്ങുന്നത്. ഒന്നാം വിഭക്തിയെ അദ്ദേഹം പരിശോധിച്ചുകാണുന്നില്ല. മൂന്നാം വിഭക്തി മുതൽ എട്ടാം വിഭക്തി വരെ ചർച്ചചെയ്യുമ്പോൾ ശീർഷകങ്ങളിൽ ഉദ്ദേശിക, സംബന്ധിക, ആധാരിക എന്നൊന്നും ഉപയോഗിച്ചുകാണുന്നില്ല. അതേസമയം വിശദീകരണവേളയിൽ dative, genitive, locative എന്നൊക്കെ യഥേഷ്ടം ഉപയോഗിക്കുന്നുമുണ്ട്. അതുപോലെ, നാമാന്തത്തിൽ ഏ എന്ന നിപാതം ചേർത്ത് സംബോധനാരൂപം ഉണ്ടാക്കുന്നതായി

പറഞ്ഞിട്ടുണ്ടെങ്കിലും പ്രത്യയങ്ങളെ മാത്രമാണ് വിഭക്തിയായി പരി ഗണിക്കുന്നതെന്ന മുൻക്കുർജാമ്യത്തിൽ സംബോധികയെ എ. ആർ. വിശദമായ ചർച്ചയ്ക്കു വിധേയമാക്കുന്നില്ല. എന്നാൽ എൽ. വി. ആർ. മറ്റു വിഭക്തികളോടൊപ്പം എട്ടാം വിഭക്തിയെയും പരിഗണിക്കുന്നുണ്ട്.

പ്രത്യയങ്ങളെ ചികഞ്ഞെടുത്തു പരിശോധിക്കുന്ന എൽ. വി. ആറിനെ സംബന്ധിച്ചിടത്തോളം പ്രത്യമേയില്ലാത്ത നിർദ്ദേശിക പ്രധാനമല്ല. അതേസമയം വാക്യഘടനാപരമായി വിഭക്തിയെ നോക്കിക്കാണുന്ന എ. ആറിന് പ്രത്യയമില്ലെങ്കിലും നിർദ്ദേശിക കർത്തൃകാരകസൂചകമെന്ന നിലയിൽ അതിപ്രധാനമാണ്. ഈ നിലപാടുവ്യത്യാസം തന്നെയാണ് സംബോധനയുടെ കാര്യത്തിലും ഇരുവരെയും വ്യത്യസ്തരാക്കുന്നത്. സംബോധനാരൂപത്തിന് പ്രത്യയമുണ്ടെങ്കിലും വാക്യഘടനാപരമായ പ്രാധാന്യമില്ലാത്തതിനാൽ എ. ആർ. അതിനെ വിഭക്തിചർച്ചയിൽ വലുതായി പരിഗണിക്കുന്നില്ല. എന്നാൽ പ്രത്യയമുള്ളതിനാൽ അതിനെ അങ്ങനെ അവഗണിയ്ക്കാൻ എൽ. വി. ആർ. തയ്യാറല്ല. എ. ആർ. വിഭക്തിയ്ക്കും കാരകത്തിനും പ്രാധാന്യം നൽകിയപ്പോൾ എൽ. വി. ആർ. പ്രത്യയത്തിനും പ്രത്യയാർത്ഥത്തിനും പ്രാധാന്യം നൽകി.

എൽ. വി. ആർ. വിഭക്തികളെ ചരിത്രപരമായി അപഗ്രഥിക്കാനും വർത്തമാനത്തിലെ സാധുത അന്വേഷിക്കാനുമാണ് ശ്രമിച്ചത്. ഇതിനാവശ്യമായ ദത്തങ്ങൾക്കായി അദ്ദേഹം ഉപയോഗപ്പെടുത്തിയത് പഴയ എഴുത്തുപാഠങ്ങളെയും ശിലാലിഖിതങ്ങളെയുമാണ്.

4.1.1. ഇടനിലയും വിഭക്തികളും

വ്യഞ്ജനാന്തത്തിൽ ഇൻ ചേർത്ത് വിഭക്ത്യംഗം ചമയ്ക്കണമെന്ന് എ. ആർ. പറയുന്നുണ്ട്. 'ഇൻ' സംബന്ധികയിലും ഉദ്ദേശികയിലും നിത്യവും മറ്റിടങ്ങളിൽ വികല്പവുമാണെന്നും അദ്ദേഹത്തിനഭിപ്രായമുണ്ട്.

സംബന്ധിക- രാജാവിന്റെ (നിത്യം)

ഉദ്ദേശിക- രാജാവിന് (നിത്യം)

പ്രതിഗ്രാഹിക- രാജാവിനെ/രാജാവെ (വികല്പം)

പ്രയോജിക- രാജാവിനാൽ/രാജാവാൽ (വികല്പം)

സംയോജിക- രാജാവിനോട്/രാജാവോട് (വികല്പം)

പ്രത്യയമോ ഗതികളോ ചേരുമ്പോൾ പ്രകൃതികളുടെ അവസാനത്തിലുള്ള സ്വരങ്ങളോട് ചേർന്നുനിൽക്കുന്ന യ, വ കൾ ഏതാണ്ട് സ്ഥിരമായിത്തന്നെ പ്രകൃതിയുടെ ഭാഗമായിത്തീരുക എന്നത് മലയാളത്തിൽ സംഭവിച്ച ഒരു മാറ്റമാണെന്ന് എൽ. വി. ആർ. നിരീക്ഷിച്ചിട്ടുണ്ട്. രാജാവ്,

ഭർത്താവ്, കർത്താവ് തുടങ്ങിയ രൂപങ്ങളിൽ വകാരവും സ്വരസാഹ്യവും പ്രകൃതിയോട് ചേർന്നുനിൽക്കുന്നുണ്ട്. അതേസമയം തമിഴിൽ ഇപ്പോഴും രാജാ എന്നുതന്നെയാണ് പറയുന്നതും എഴുതുന്നതും.

എ. ആർ. വികല്പരൂപങ്ങളായി പറയുന്ന രാജാവെ, രാജാവാൽ, രാജാവോട് എന്നിവ രാജാ+എ, രാജാ+ആൽ, രാജാ+ഓട് എന്നിങ്ങനെയും പിരിയ്ക്കാം. തമിഴിൽ ഇന്നും നിലനിൽക്കുന്ന രാജാ തന്നെയാണിത്. പ്രത്യയം പിൻവന്നപ്പോൾ വകാരം സ്ഥിരമായിത്തന്നെ പ്രകൃതിയുടെ ഭാഗമായിത്തീരുകയാണ് മലയാളത്തിലുണ്ടായത് എന്നു വ്യക്തം. എൽ. വി. ആറിന്റെ ഭാഷോല്പത്തിവാദത്തിലേയ്ക്കുകൂടി നയിക്കുന്ന നിരീക്ഷണമാണിത്.

ഇൻ എന്ന ഇടനില ചേർക്കുന്നത് പ്രകൃതിപ്രത്യയങ്ങളെ യോജിപ്പിക്കാൻ വേണ്ടിയാകയാൽ ഇൽ എന്ന ആധാരികയിൽ(രാജാവിൽ) ഇതു ചേർക്കേണ്ടതില്ലെന്നാണ് എ. ആറിന്റെ പക്ഷം. എന്നാൽ ഇൽ എന്ന ഏഴാംവിഭക്തിപ്രത്യയത്തിനുമുമ്പ് സാധാരണഗതിയിൽ ഇൻ ഇടനില പ്രത്യക്ഷപ്പെടാറില്ലെങ്കിലും പഴയ മലയാളത്തിൽ പൊഴുതിനിൽ(രാമചരിതം), അതിനിൽ(ട്രാവൻകൂർ ആർക്കിയോളജിക്കൽ സീരീസ്) എന്നിങ്ങനെ കാണുന്നുണ്ടെന്ന് എൽ. വി. ആർ. നിരീക്ഷിക്കുന്നുണ്ട്. തിരുവായ്മൊഴിയിൽനിന്ന് ഇമ്മണ്ണുലകിനിൽ എന്ന രൂപവും അദ്ദേഹം എടുത്തുകാണിക്കുന്നുണ്ട്.

പഴയ മലയാളത്തിൽ ദീർഘസ്വരങ്ങളിലുള്ള ചില്ലന്തങ്ങളായ ഏകാക്ഷരപ്രകൃതിയുടെ ഉദ്ദേശികാപ്രത്യയം ന്ന്, ക്ക് എന്നീ രണ്ടു രൂപങ്ങളിലും അവസാനിക്കുന്നുണ്ടെന്ന് എൽ. വി. ആർ.നിരീക്ഷിക്കുന്നുണ്ട്.

പോർ-പോരിന്ന്/പോർക്ക്

കാൽ-കാലിന്ന്/കാൽക്ക്

പഴയ മലയാളത്തിൽ പോലും ഉദ്ദേശികയോട് ഇൻ ഇടനില ചേർന്നിരുന്നുവെന്നാണ് ഇതിൽനിന്നും ഊഹിക്കാൻ കഴിയുന്നത്.

4.1.2. കൽ- വിഭക്തിയോ വിഭക്ത്യാഭാസമോ?

കൽ ആധാരികാപ്രത്യയമാണെന്ന് എ. ആർ. പറയുന്നുണ്ടെങ്കിലും എല്ലാ നാമങ്ങളിലും വ്യാപ്തിയില്ലാത്തതിനാൽ ഇത് വിഭക്ത്യാഭാസമാണെന്നും അദ്ദേഹത്തിന് അഭിപ്രായമുണ്ട്. എൽ. വി. ആർ., സി. എൽ. ആന്റണി, കെ. എം. പ്രഭാകരവാര്യർ തുടങ്ങിയവർ വിഭക്തിയും വിഭക്ത്യാഭാസവും തമ്മിലുള്ള അതിർത്തിയെക്കുറിച്ച് സംശയങ്ങൾ ഉന്നയിച്ചിട്ടുണ്ട്.

കൽ പ്രത്യയം ബഹുവചനത്തിൽ പ്രായേണ ഉപയോഗിക്കപതിവില്ല. ഇതിനെ അടുത്തു പറയാൻ പോകുന്ന വിഭക്ത്യാഭാസത്തിൽ ഉൾപ്പെടുത്തുന്നതിനാണ് അധികം ന്യായം. ഈ ഗ്രന്ഥത്തിന്റെ ഒന്നാം പതിപ്പിലും ശബ്ദശോധിനി മുതലായ ചെറുതരം വ്യാകരണങ്ങളിലും ചെയ്ത ഏർപ്പാടു മാറ്റാൻ മടിച്ചിട്ടാണ് ഭേദഗതി ചെയ്യാത്തത് എന്ന് കേരളപാണിനി അടിക്കുറിപ്പ് നൽകിയിട്ടുമുണ്ട് (കേരളപാണിനീയം, ഡി. സി. ബുക്സ്, കോട്ടയം, 2007, പു.150).

ബഹുവചനത്തിൽ ഉപയോഗമില്ല എന്നാണ് എ. ആർ. പറയുന്നത്. എന്നാൽ അച്ഛങ്കൽ, രാമങ്കൽ എന്നൊന്നും പ്രയോഗിക്കാത്തിടത്തോളം ഇതിന് എല്ലാ ഏകവചനങ്ങളിലും വ്യാപ്തിയില്ല എന്നാണ് മനസ്സിലാക്കാൻ കഴിയുന്നത്.

കൽ എന്ന ഖിലരൂപത്തെ മണ്ടപത്തുംവാതുക്കൽ, ആറ്റുങ്ങൽ എന്നീ ഉദാഹരണങ്ങളിലായി വിഭക്ത്യാഭാസപ്രകരണത്തിലും എ. ആർ. ചേർക്കുന്നുണ്ട്. എന്നാൽ എൽ. വി. ആർ. കൽ എന്നതിനെ അധികരണപ്രത്യയത്തിന്റെ രൂപഭേദമായിട്ടാണ് കാണുന്നത്. വിഭക്ത്യാഭാസം എന്ന സംജ്ഞതന്നെ അദ്ദേഹം ഉപയോഗിച്ചുകാണുന്നില്ല.

തമിഴിലെ കാൽ എന്ന ഗതിയിൽനിന്നാണ് കൽ ഉണ്ടായതെന്ന് എൽ. വി. ആർ. നിരീക്ഷിക്കുന്നുണ്ട്. ഒരിക്കാൽ എന്ന രൂപം ഉത്തരകേരളവാമൊഴിഭേദങ്ങളിൽ ഇന്നും സജീവമാണുതാനും. കോയിൽക്കാൽ പിന്നീട് കോയിൽക്കൽ എന്നും ഒടുവിൽ കോയിക്കൽ എന്നും വാതിൽക്കാൽ പിന്നീട് വാതിൽക്കൽ എന്നും ഒടുവിൽ വാതുക്കൽ എന്നും പരിണമിക്കുകയായിരുന്നുവെന്നും എൽ. വി. ആറിന് അഭിപ്രായമുണ്ട്. മാങ്കോയിക്കൽ കുറുപ്പ്, കല്ലുവാതുക്കൽ കത്രീന തുടങ്ങിയ കഥാപാത്രങ്ങളെ ഓർക്കുമ്പോൾ കോയിക്കൽ, വാതുക്കൽ എന്നിങ്ങനെയാണ് ആധുനികരൂപങ്ങൾ എന്ന് ഊഹിക്കാൻ കഴിയുന്നുണ്ട്.

4.1.3. അവയവച്ചുരുക്കം

പ്രത്യയങ്ങളെ ഭാഷയുടെ അവയവ(അംഗ)ങ്ങളായി കാണുന്ന കേരളപാണിനി നാന്താംഗങ്ങളിൽ ഉദ്ദേശിക ഉ് എന്നും സംബന്ധികടെ എന്നുമായി ചുരുങ്ങിയ സവിശേഷതയ്ക്ക് അംഗഭംഗം എന്ന പേരിട്ടു. മൂലഭാഷയിലെ പ്രത്യയങ്ങൾക്ക് പുത്രീഭാഷകളിൽ ലോപം സംഭവിയ്ക്കലാണ് അംഗഭംഗമെങ്കിൽ മലയാളത്തിൽ വേറെയും അംഗഭംഗങ്ങളുണ്ടായിട്ടുണ്ട് എന്നാണ് എൽ. വി. ആറിന്റെ പഠനം വിശകലനം ചെയ്തപ്പോൾ മനസ്സിലാക്കാൻ കഴിഞ്ഞത്.

പിൻവരുന്ന പദം വ്യഞ്ജനാദിയാകുമ്പോൾ സംബന്ധികാപ്രത്യയം ഏറ്റവും ചുരുങ്ങിയ രൂപത്തിലാണ് ചിലപ്പോൾ പ്രത്യക്ഷപ്പെടാറുള്ളത് എന്ന് കായടെ വില, വായടെ നാറ്റം, പായടെ മേലെ തുടങ്ങിയ ഉദാഹരണങ്ങളിലൂടെ എൽ. വി. ആർ. ഉറപ്പിക്കുന്നുണ്ട്. നായടെ എന്നത് സാധാരണ പ്രയോഗമാണെങ്കിൽ നായിന്റെ എന്നത് ഒന്നോ രണ്ടോ വാമൊഴിസന്ദർഭങ്ങളിലേ കാണുന്നുള്ളൂ. ഇവയിൽ നായിന്റെ മോൻ എന്നത് തെറിയാണ് എന്നും അദ്ദേഹം നിരീക്ഷിക്കുന്നുണ്ട്. പ്രാദേശിക വാമൊഴിഭേദങ്ങളിലേയ്ക്കുകൂടി എൽ. വി. ആർ. തന്റെ അന്വേഷണം വ്യാപിപ്പിച്ചിരുന്നു എന്നാണ് ഇതിൽനിന്നും മനസ്സിലാക്കാൻ കഴിയുന്നത്.

തമിഴിലെ ഐ മലയാളത്തിൽ വളരെക്കാലം മുമ്പുതന്നെ എകാരമായി ചുരുങ്ങിയതിന്റെ പരിണാമഗതി എൽ. വി. ആർ. ഇങ്ങനെ കുറിക്കുന്നു:

തമിഴ് ഐയുടെ പടിഞ്ഞാറൻതീരഉച്ചാരണഭേദം> താലവ്യ അ> അ് > എ.

ഈ മാറ്റത്തിന്റെ ഇടയിൽവരുന്ന അ് കണ്ണനപ്പുകണ്ണ്(കൃഷ്ണഗാഥ), വസ്തുവകൊണ്ട്(ട്രാവൻകൂർ ആർക്കിയോളജിക്കൽ സീരീസ്), കോനയും കണ്ട്(കണ്ണശ്ശരാമായണം) തുടങ്ങിയ രൂപങ്ങളിൽ കാണുന്നതായും അദ്ദേഹം നിരീക്ഷിക്കുന്നുണ്ട്.

മലയാളത്തിൽ ന്/ന്ന് നിഷ്പന്നമായത് അന്ത്യക്കകാരലോപത്താലാണെന്ന് രാമചരിതത്തിലെ വിരാതനുക്കും, വേന്തനുക്ക്, തനയനുക്ക് മുതലായ രൂപങ്ങളെ മുൻനിർത്തി എൽ. വി. ആർ. നിരീക്ഷിക്കുന്നുണ്ട്. ഇടത്തമിഴിന്റെ ആദ്യഘട്ടങ്ങളിലേതെന്നു പറയാവുന്ന വേങ്കടത്താനുക്ക്(തിരുവായ്മൊഴി), ആവിനുക്ക്, കോവിനുക്ക്, നാവിനുക്ക്(സൗത്ത് ഇന്ത്യൻ ഇൻസ്ക്രിപ്ഷൻസ്) തുടങ്ങിയ രൂപങ്ങളെയും ഇതിനു സമാനമായി വേർതിരിക്കുന്നുണ്ടദ്ദേഹം.

ഇൽനിന്ന് എന്നതിനെയാണ് എൽ. വി. ആർ. അഞ്ചാംവിഭക്തിയായി കണക്കാക്കുന്നത്. ഇൽനിന്ന് ചുരുങ്ങി ഈന്ന് എന്നാവുന്നതിന് വയറ്റീന്ന്(കല്യാണസൗഗന്ധികം ഗദ്യം), വീട്ടീന്ന്(ട്രാവൻകൂർ ആർക്കിയോളജിക്കൽ സീരീസ്) പോലുള്ള രൂപങ്ങളും അദ്ദേഹം ഉദാഹരിക്കുന്നുണ്ട്. ഇവ ആധുനികമലയാളത്തിലും ശക്തമായി നിലനിൽക്കുന്നുണ്ട്. അഞ്ചാംവിഭക്തിയായി എ. ആർ. പറയുന്ന പ്രയോജികയുടെ പ്രത്യയം ആൽ ആണ്. ഇതിന് ഇൽനിന്ന് എന്ന അർത്ഥം തന്നെയാണുള്ളത്. മാങ്ങാക്കറി എന്നതിന്റെ വിഗ്രഹം മാങ്ങയാൽ കറി എന്നാണല്ലോ. മാങ്ങയിൽനിന്നുള്ള പ്രയോജനമാണ് മാങ്ങാക്കറി എന്നർത്ഥം.

ഉടൈ-ഉടെ(സംബന്ധികയുടെ അംഗഭംഗം) എന്നായത് വരൈ-വരെ, പണ്ടൈ- പണ്ടെ എന്നതുപോലെ ഐകാരത്തിൽനിന്നും എകാരത്തിലേയ്ക്ക് ചുരുങ്ങിയതാണെന്ന് എൽ. വി. ആറിന് അഭിപ്രായമുണ്ട്. ൻ/ഇൻ+ഉടെ എന്ന സന്ധിഫലമായുണ്ടായ ചുരുങ്ങലാണ് ന്റെ എന്നും അദ്ദേഹം നിരീക്ഷിക്കുന്നുണ്ട്. ഉണ്ണുനീലിസന്ദേശത്തിൽ ചിറ്റപ്പന്റെ, തേന്മാവിന്റെ, പുണ്യത്തിന്റെ, മുലത്തൊത്തിന്റെ എന്നിങ്ങനെ ന്റെ ചേർന്ന നാലു രൂപങ്ങൾ കാണുന്നുണ്ടെന്നും അദ്ദേഹം സാക്ഷ്യപ്പെടുത്തുന്നു.

ഉള്ളോനേ, ഉള്ളോയേ, ഉള്ളോവേ എന്നിവയിലവസാനിക്കുന്ന സംബോധനാരൂപങ്ങൾ ഒരുകാലത്ത് മലയാളത്തിൽ നിലനിന്നിരുന്നതായി എൽ. വി. ആർ. നിരീക്ഷിക്കുന്നുണ്ട്.

മാലേയച്ചാറ്ററും മാറുള്ളോനേ(കൃഷ്ണഗാഥ)

ഭാഗ്യശാലിനിയായുള്ളോവേ(ഭാഗവതം ഭാഷാഗദ്യം)

അരക്കർകുലത്തിനു കറയായുള്ളോയേ(രാമചരിതം)

ഇവയ്ക്ക് ചുരുക്കം സംഭവിച്ച് അന്ത്യത്തിലുള്ള ഏ മാത്രമാവണം ഇന്നത്തെ സംബോധനാരൂപങ്ങളിൽ (സൗമ്യേ, രമ്യേ, ദിവ്യേ) നിലനിൽക്കുന്നത്.

കൃഷ്ണഗാഥയിൽ ഉദ്ദേശികാശയം പ്രകടിപ്പിക്കാനായി ദേവകിക്കായിട്ട് നൽകീടിനാൻ, സോദരന്നായ് കൊടുത്തു എന്നിങ്ങനെ കാണുന്നുണ്ട്. സാക്ഷികാരകത്തിന്റെ പ്രത്യയമായി ഓട് എന്നതിനുപകരം ഓടായി, ഓടായിട്ട് എന്നിവ ചേർന്ന കംസനോടായി ചൊന്നാൻ, താതനോടായിട്ട് ചൊല്ലിനാൻ എന്നീ രൂപങ്ങളും കൃഷ്ണഗാഥയിൽ കാണുന്നുണ്ടെന്ന് എൽ. വി. ആർ. നിരീക്ഷിക്കുന്നുണ്ട്. ഓടായി, ഓടായിട്ട് എന്നിവ യുടെ ചുരുക്കമായിരിക്കണം ഓട്. ശിവനായിക്കൊണ്ട് നമിക്കുന്നു എന്നതിലെപ്പോലെ പഴയകാലത്ത് നിലനിന്നിരുന്ന സവിശേഷപ്രയോഗമായിരിക്കണം ഇത് എന്ന സാധ്യതയും തള്ളിക്കളയാവുന്നതല്ല.

4.1.4. വിഭക്തിയും അർത്ഥവും

മലയാളത്തിൽ ഒരു വിഭക്തിയ്ക്ക് ഒരർത്ഥം മാത്രമാണോ ഉള്ളത്, ഓരോ അർത്ഥവും പ്രകാശിപ്പിക്കാൻ വെവ്വേറെ പ്രത്യയങ്ങളുണ്ടോ എന്നതും അന്വേഷിക്കേണ്ടതുണ്ട്.

വിഭക്തിയ്ക്ക് കേരളപാണിനി നൽകിയ നിർവ്വചനംതന്നെ പരിശോധിക്കാം.

മറ്റു പദങ്ങളുമായുള്ള സംബന്ധത്തെക്കുറിക്കുന്നതിനുവേണ്ടി നാമങ്ങളിൽ ചേർക്കുന്ന പ്രത്യയങ്ങൾക്കാണ് വിഭക്തി എന്നു പേർ.

പദങ്ങളുമായുള്ള സംബന്ധം എന്നതിൽ സംയോജികയെ കുറിക്കാൻ ഓട് എന്നതിനുപകരം ആയി പ്രയോഗിക്കാനുള്ള സ്വാതന്ത്ര്യം എ. ആർ. ഉപയോഗിക്കുന്നുണ്ട്. തമ്പിയുമായേ(കണ്ണശ്ശരാമായണം), ഇരുവരുമായ്(കണ്ണശ്ശഭാഗവതം) തുടങ്ങിയ രൂപങ്ങളിൽ ആയി മൂന്നാംവിഭക്തിയെ സൂചിപ്പിക്കുന്നതായി എൽ. വി. ആറും നിരീക്ഷിക്കുന്നുണ്ട്. ആധുനികമലയാളത്തിലും ഇതു സാധാരണമാണ്.

ഉദാ- അവൻ അച്ഛനുമായി സ്കൂളിലെത്തി (അച്ഛനോടൊത്ത് എന്നു പറഞ്ഞില്ലെങ്കിലും അർത്ഥം സ്പഷ്ടം)

വിയോജികാർത്ഥത്തിലും ആയി ഉപയോഗിക്കാറുണ്ട്.

ഉദാ- അവൾ അമ്മയുമായി പിണക്കത്തിലാണ്.

പഴയ മലയാളത്തിലും പുതിയ മലയാളത്തിലും ഓട് എന്നതിനുപകരം ആയി ഉപയോഗിക്കുമ്പോൾ സംയോജികാർത്ഥം ജനിപ്പിക്കുന്നത് ഉം എന്ന സമുച്ചയമാണെന്നാണ് ഊഹിയ്ക്കാൻ കഴിയുന്നത്.

കിൽബിഷത്തോട് വേർപെട്ട് (എഴുത്തച്ഛന്റെ രാമായണം) എന്നതിൽ ഓട് സംയോഗത്തെയല്ല വിയോഗത്തെയാണ് കുറിക്കുന്നതെന്നും എൽ. വി. ആറിന് അഭിപ്രായമുണ്ട്.

നിലാവത്ത്, മഴയത്ത്, കാറ്റത്ത് എന്നിവയിൽ കാണുന്ന അത്ത് ആധാരികയാണെന്നാണ് എൽ. വി. ആറിന്റെ പക്ഷം. ഇടത്തമിഴിന്റെ ആദ്യഘട്ടങ്ങളിൽ ആധാരികയെന്നനിലയിൽ അത്ത് പ്രത്യയത്തിന്റെ ഉപയോഗം സാധാരണമായിരുന്നു. ഈ പാരമ്പര്യത്തെ മലയാളം സ്വീകരിക്കുകയും ഇപ്പോഴും സംരക്ഷിച്ചുവരികയും ചെയ്യുന്നു. അതേസമയം ആധുനികതമിഴിൽനിന്ന് അത്ത് വിരമിക്കുകയാണുണ്ടായത് എന്നും അദ്ദേഹം നിരീക്ഷിച്ചിട്ടുണ്ട്. കോഴിക്കോട്ട് ചെന്നു, കരയാറ്റ് പോയി തുടങ്ങിയവയും ആധാരികാർത്ഥമാണ് വഹിക്കുന്നത്.

അകമേ, പുറമേ, വഴിയേ, മുമ്പേ, പിമ്പേ തുടങ്ങിയ രൂപങ്ങളിൽ ഏഴാംവിഭക്ത്യർത്ഥത്തിലാണ് ഏ പ്രയോഗിച്ചിരിക്കുന്നത്. സംസ്കൃതത്തിലെ ദൂരേ, മധ്യേ എന്നിവയുടെ സ്വാധീനം ഇതിനു പിന്നിൽ ഉണ്ടാവാമെന്ന് എൽ. വി. ആർ. സംശയിക്കുന്നുണ്ട്.

വൈക്കത്തിന് പോകണം, എറണാകുളത്തിന് എന്നിവയ്ക്ക് ഉദ്ദേശികാർത്ഥമാണെന്നാണ് എൽ. വി. ആറിന്റെ പക്ഷം. എന്നാൽ എറണാകുളത്തിന് പോവണം എന്നു പറയുമ്പോൾ എറണാകുളത്ത് പോവണം എന്ന ആധാരികാർത്ഥമാണ് കിട്ടുന്നത്. ആധാരികയുടെമേൽ ഉദ്ദേശിക ചേർക്കുന്ന പ്രവണത ആധുനികമലയാളത്തിലും ശക്തമാണ്.

ഉദാ- വെള്ളത്തിലേക്കിറങ്ങുന്നു.

ഇവിടെ ഏ ചേർത്തത് ഭംഗിയ്ക്കുവേണ്ടി മാത്രമാണെന്നാണ് എ. ആറിന്റെ പക്ഷം. അതിൽക്ക്(രാമചരിതം), അടവിയിൽക്ക്(കേരള വർമ്മരാമായണം) എന്നീ രൂപങ്ങളിൽ നിന്നും പഴയ മലയാളത്തിൽ ഏ ചേർത്തിരുന്നില്ലെന്ന് തെളിയുമെന്നും അദ്ദേഹം നിരീക്ഷിക്കുന്നുണ്ട്.

ഒന്നിനുമുകളിൽ മറ്റൊന്ന് എന്ന ക്രമത്തിൽ ധാരാളം പ്രത്യയങ്ങൾ ചേർന്നിരിക്കുന്നത് സംശ്ലിഷ്ടകക്ഷ്യയിൽപ്പെട്ട ഭാഷകളുടെ പൊതുസ്വഭാവമായതിനാൽ ഈ വിഷയത്തിലുള്ള ചർച്ച ഇവിടെ അവസാനിപ്പിക്കാമെന്നു തോന്നുന്നു.

നാട്ടാരേ വീട്ടിലെ (കൃഷ്ണഗാഥ) എന്നതിൽ ഏ പ്രത്യക്ഷപ്പെടുന്നത് സംബന്ധികാർത്ഥത്തിലാണെന്ന ശ്രദ്ധേയമായ നിരീക്ഷണം എൽ. വി. ആർ. മുന്നോട്ടുവെയ്ക്കുന്നുണ്ട്. ഉത്തരമലബാറിലെ വാമൊഴിഭേദങ്ങളിൽ ഇന്നും അ, എ എന്നിവ സംബന്ധികാർത്ഥത്തിൽ പ്രത്യക്ഷപ്പെട്ടുകാണുന്നുണ്ട്.

ഉദാ- ഓളെ ഭാഗ്യം (അവളുടെ ഭാഗ്യം എന്ന അർത്ഥത്തിൽ): എ=ഉടെ.

ഓാറ വീട് (അവരുടെ വീട് എന്ന അർത്ഥത്തിൽ): അ=ഉടെ.

കൃഷ്ണനെക്കൊണ്ട് പറഞ്ഞു (കൃഷ്ണഗാഥ), രാമനെക്കൊണ്ട് പറഞ്ഞത് നിന്നുടെ അല്പബുദ്ധി(കേരളവർമ്മരാമായണം), വെണ്ണയും പാലും തൊട്ടുള്ള കൊതി (കൃഷ്ണഗാഥ) എന്നിങ്ങനെ രണ്ടാംവിഭക്ത്യർത്ഥത്തിൽ തൊട്ട്, കൊണ്ട് എന്നിവ ഉപയോഗിച്ചിരുന്നതായി എൽ. വി. ആർ. നിരീക്ഷിക്കുന്നുണ്ട്. അതേസമയം ചില പ്രാദേശികവാമൊഴിഭേദങ്ങളിൽ ഓളെക്കൊണ്ട് പറഞ്ഞു, ഓനെക്കൊണ്ട് പറഞ്ഞു തുടങ്ങിയ രൂപങ്ങൾ ഇന്നും നിലനിൽക്കുന്നുണ്ടെന്നുകാണാൻ പ്രയാസമില്ല.

കഴുത്തേൽ(കണ്ണശ്ശരാമായണം), പുഷ്പകവിമാനത്തേൽ(രാമായണം ചമ്പു) മുതലായ രൂപങ്ങളിൽ കാണുന്ന ഏൽ, മുകളിൽ എന്നർത്ഥമുള്ള മേൽ എന്നതിന്റെ രൂപഭേദമാണെന്നാണ് എൽ. വി. ആറിന്റെ പക്ഷം. കഴുത്തേൽ പിടിച്ചു എന്നത് വാമൊഴിഭേദങ്ങളിൽ ഇന്നും കാണുന്നുണ്ട്. ഇതിന് കഴുത്തിൽ പിടിച്ചു എന്ന ആധാരികാർത്ഥം തന്നെയാണുള്ളത്. മദ്രാസ് യൂണിവേഴ്സിറ്റി പ്രസിദ്ധീകരിച്ച വടക്കൻപാട്ടുകളിൽ കൊടുമലേൽ, കുട്ടിപ്പട്ടരേൽ എന്നിങ്ങനെ ഏൽ ചേർന്ന രൂപങ്ങൾ കാണുന്നുണ്ടെന്ന് എൽ. വി. ആർ. നിരീക്ഷിക്കുന്നുണ്ട്. രാമനാട്ടുകരയിൽ എന്നതിന് രാംനാട്ട്രേൽ എന്ന പ്രാദേശികവാമൊഴിഭേദം ഇന്നും ശക്തമാണ്. ഏൽ ആധാരികാപ്രത്യയമായി ഇന്നും ഉപയോഗിക്കുന്നുണ്ടെന്നർത്ഥം.

കുന്നിൻമകൾ, പനൻകുല, സൂതൻ തൻ വാക്കുകേട്ടു എന്നിങ്ങനെ സംബന്ധികാർത്ഥത്തിൽ ഇൻ, അൻ, തൻ എന്നിവ ഉപയോഗിക്കാറുണ്ടെന്ന് എ. ആർ. നിരീക്ഷിക്കുന്നുണ്ട്. *ഭരതൻ തൻ ചൊല്ലാലേ* എന്ന മട്ടിൽ സംബന്ധികാർത്ഥത്തിൽ തൻ ചേർന്ന രൂപങ്ങൾ പ്രാചീനതയുടെ നിദർശനങ്ങളായി എഴുത്തച്ഛൻകൃതികളിൽ കാണുന്നുണ്ടെന്ന് എൽ. വി. ആറും അഭിപ്രായപ്പെടുന്നുണ്ട്. ആധുനികമലയാളത്തിലും കാവ്യഭാഷയിലെങ്കിലും സംബന്ധികാർത്ഥത്തിൽ തൻ നിലനിൽക്കുന്നുണ്ട്. വിജയലക്ഷ്മിയുടെ *മഴ തൻ മറ്റേതോ മുഖം* എന്ന കവിതാശീർഷകം ഓർക്കുക.

4.1.5. വിളിപ്രത്യയങ്ങൾ

എ. ആർ. അവഗണിച്ച ഈ മേഖല എൽ. വി. ആർ. സാമാന്യം വിശദമായിത്തന്നെ ചർച്ച ചെയ്യുന്നുണ്ട്. ഉള്ളോനേ, ഉള്ളോയേ, ഉള്ളോവേ മുതലായ സംബോധനാരൂപങ്ങളുടെ ചരിത്രവും വർത്തമാനവും പ്രതിപാദിച്ചുകഴിഞ്ഞതിനാൽ ഇവിടെ ചർച്ച ചെയ്യുന്നില്ല.

മലയാളത്തിൽ എടോ എന്ന സംബോധന സ്ത്രീ-പുരുഷഭേദമില്ലാതെ പ്രത്യക്ഷപ്പെടുന്ന വസ്തുത എൽ. വി. ആറിന്റെ നിരീക്ഷണത്തിനു വിധേയമായിട്ടുണ്ട്.

എടോ കോകിലബാലികേ (രാമായണം ചമ്പു)

എടോ അച്യുതാ (ഭാഗവതം ഭാഷാഗദ്യം)

എടോ വിപ്രപത്നിമാരേ (ഭാഗവതം ഭാഷാഗദ്യം)

എടോ കൈകേയി (മഹാഭാരതം കിളിപ്പാട്ട്)

മമ സന്നിധിയിൽ അണപ്പിനെടോ (ഓട്ടൻ തുള്ളലുകൾ)

വെത്തില ചുരുട്ടെടോ കുഞ്ഞിക്കന്നി (വടക്കൻപാട്ടുകൾ)

പുല്ലിംഗത്തെ സൂചിപ്പിക്കുന്ന എടാ, സ്ത്രീലിംഗത്തെ സൂചിപ്പിക്കുന്ന എടീ എന്നിങ്ങനെ തമിഴിലും മലയാളത്തിലും നിലനിൽക്കുന്ന രൂപങ്ങളെപ്പോലെ തരംതാഴ്ചയോ നിന്ദയോ പ്രതിഫലിപ്പിക്കുന്നില്ല എടോ എന്ന പ്രയോഗം. തന്റെ അറിവിൽപ്പെട്ടിടത്തോളം തമിഴിൽ എടോ ഇല്ലെന്ന് എൽ. വി. ആർ. സാക്ഷ്യപ്പെടുത്തുന്നുമുണ്ട്.

തമിഴിൽ ഒരിക്കൽപ്പോലും നിലനിന്നിട്ടില്ലാത്ത ഈ രൂപം പഴയ എഴുത്തുപാഠങ്ങളിലും ഇന്നത്തെ വാമൊഴിഭേദങ്ങളിലും കാണുന്നുണ്ടെങ്കിൽ ഇത് മലയാളത്തിന്റെ അനന്യസവിശേഷതയാണെന്ന് ഉറപ്പിയ്ക്കാവുന്നതാണ്.

4.1.6. കാട്ടിലേ ആന

കാട്ടിലേ ആന എന്ന സവിശേഷപ്രയോഗത്തെ മുൻനിർത്തി ആധാരികയുടെ അന്ത്യത്തിൽ ഏ ചേർത്താൽ അതിലുള്ള എന്ന അർത്ഥം കിട്ടുമെന്ന് എ. ആർ. സ്ഥാപിക്കുന്നുണ്ട്. *The Unique Malayalam Phrasal Unit of the Type of* കാട്ടിലേ ആന *and the Qualificatory* *ഏ of Malayalam* എന്ന ശീർഷകത്തിനുതാഴെയായി എൽ. വി. ആറും ഇക്കാര്യം വിശകലനം ചെയ്യുന്നുണ്ട്. ഉത്തരപദത്തിനു വിശേഷണമായി നിൽക്കുന്ന ഏ എന്ന പ്രത്യയത്തിന് ഉള്ള എന്ന അർത്ഥമാണെന്നാണ് അദ്ദേഹം നൽകുന്ന വിശദീകരണം.

ഡി. സി. ബുക്സ് പ്രസിദ്ധീകരിച്ച കേരളപാണിനീയത്തിന്റെ പുതിയ പതിപ്പിന് (2007) സ്കറിയ സക്കറിയ തയ്യാറാക്കിയ 46-ാമത്തെ അടിക്കുറിപ്പിൽ (പു.157) കുട്ടിക്കൃഷ്ണമാരാരുടെ മലയാളശൈലിയിലെ ഒരു ഭാഗം ഉദ്ധരിച്ചു കാണുന്നുണ്ട്:

കാട്ടിലെ ആന, കാറ്റത്തെത്തോണി ഇത്യാദിയിലെ എ എന്ന വിഭക്ത്യാഭാസം ഏ എന്നു ദീർഘമായിട്ടാണ് കേരളപാണിനീയത്തിൽ ഉദാഹരിച്ചു കാണുന്നത്- അച്ചടിക്കാർ മാറ്റിക്കളഞ്ഞതാണോ എന്നറിഞ്ഞുകൂടാ. എന്തായാലും അവധാരണാർത്ഥകമായ ഏ യിൽനിന്നു (കാട്ടിലേ കാണൂ) വേർതിരിപ്പാൻ വേണ്ടിയെങ്കിലും ആ വിഭക്ത്യാഭാസത്തെ ഹ്രസ്വമായെഴുതുന്നതാണ് ഉചിതം. (മാരാർ, മലയാളശൈലി, 1964:15).

കെ. സുകുമാരപിള്ള *ആധാരികയ്ക്കു മേലുള്ള-ഏ പ്രത്യയം* എന്ന പ്രബന്ധത്തിൽ *മാരാരുടെ വാദത്തോട് യോജിക്കുന്നുണ്ട്. മറ്റൊരു നാമത്തെ വിശേഷിപ്പിക്കാൻവേണ്ടി ആധാരികാരൂപത്തിനുമേലോ ആധാരികാഭാസരൂപത്തിനുമേലോ ചേരുന്ന വിശേഷണപ്രത്യയമാണ് എ-. നിയമേന അതു ഹ്രസ്വവുമാണ്.* (മലയാളവിമർശം 12, ജൂലൈ1991-ജൂൺ1992, മലയാളവിഭാഗം, കാലിക്കറ്റ് സർവ്വകലാശാല,പു. 49)

പൂർവ്വപദാന്ത്യത്തിലുള്ള ഏ, ഉത്തരപദാന്ത്യത്തിലുള്ള ഊ എന്നിവ ചേർന്നുവരുമ്പോൾ മാത്രമാണ് ഉള്ള എന്ന അർത്ഥം വിനിമയം ചെയ്യപ്പെടുന്നതെന്നാണ് മനസ്സിലാക്കാൻ കഴിയുന്നത്. അവധാരകപ്രത്യയമായ ഏ ക്രിയയ്ക്കുമുമ്പിലാണ് ചേർന്നു കാണാറുള്ളതും.

ഉദാ- കാട്ടിലേ കാണൂ

സത്യമേ ജയിക്കൂ

അവനേ പറയൂ

കാട്ടിലേ ആന എന്നിടത്ത് ആന നാമമായതിനാൽ ഇവിടെയുള്ള എ ഹ്രസ്വമാവാനാണ് സാധ്യത കൂടുതൽ തോന്നുന്നത്. ആനയെ നാട്ടിലും

കാണുന്നുണ്ടെന്നതിനാൽ കാട്ടിലേ ആനയുള്ളൂ എന്നു പറയുന്നതിൽ അസ്വാഭാവികതയും തോന്നുന്നുണ്ട്.

ഇത് അച്ചടിപ്പിശകാണെന്ന് ഉറപ്പിക്കാൻ വരട്ടെ, എഴുത്തിൽ എകാര- ഒകാരങ്ങളുടെ ഹ്രസ്വദീർഘഭേദം പണ്ടേ അവ്യവസ്ഥിതമായിരുന്നു. സംസ്കൃതത്തിൽ ഹ്രസ്വമായ എകാരവും ഒകാരവും ഇല്ലാത്ത സ്ഥിതിയ്ക്ക് എ. ആറും എൽ. വി. ആറും കാട്ടിലേ ആന എന്നു പ്രയോഗിച്ചത് സംസ്കൃതസ്വാധീനം കാരണവുമാകാം.

ഈ ചർച്ച ഇങ്ങനെ ചുരുക്കാം:

- എ. ആർ. വിഭക്തികൾക്ക് പേരിടാനും അതിന്റെ വിശദീകരണത്തിനും വിഭക്തിപ്രകരണത്തിന്റെ നല്ലൊരു ഭാഗം മാറ്റിവെച്ചപ്പോൾ പഴയ എഴുത്തുപാഠങ്ങളെയും ശിലാലിഖിതങ്ങളെയും അടിസ്ഥാനമാക്കി വിഭക്തികളെ ചരിത്രപരമായി അപഗ്രഥിക്കാനാണ് എൽ. വി. ആർ. ശ്രമിച്ചത്. എ. ആറിന് വിഭക്തിയും കാരകവുമായിരുന്നു പ്രധാനമെങ്കിൽ എൽ. വി. ആറിന് പ്രത്യയവും പ്രത്യയാർത്ഥവുമായിരുന്നു പ്രധാനം. ഓരോ പ്രത്യയവും ഏതൊക്കെ പാഠങ്ങളിൽ ഏതൊക്കെ സന്ദർഭങ്ങളിൽ പ്രത്യക്ഷപ്പെടുന്നുണ്ട് എന്ന കണക്കെടുപ്പ് നടത്താനും എൽ. വി. ആർ. ശ്രമിച്ചിട്ടുണ്ടെന്നു കാണാം.
- *കേരളപാണിനീയ*രചനാലക്ഷ്യം മലയാളത്തിന് അടിസ്ഥാന വ്യാകരണം തയ്യാറാക്കലായിരുന്നു. എന്നാൽ ഇടത്തമിഴിന്റെ ആദ്യഘട്ടം (Early Middle Tamil) എന്ന് ഇന്നു വിളിക്കുന്ന സവിശേഷഘട്ടത്തിൽനിന്നു പരിണമിച്ചു വികസിച്ചതാണ് മലയാളം എന്നു സമർത്ഥിക്കാനാണ് *ദ എവല്യൂഷൻ ഓഫ് മലയാളം മോർഫോളജി* രചിച്ചത്. രചനാലക്ഷ്യത്തെ സാധൂകരിക്കാനും ഉപശാഖാവാദത്തെ ഉറപ്പിയ്ക്കാനും പര്യാപ്തമായ നിരീക്ഷണങ്ങൾ എൽ. വി. ആറിന്റെ വിഭക്തിചർച്ചയിൽ കാണുന്നുണ്ട്.
- കൽ വിഭക്ത്യാഭാസമാണെന്ന അഭിപ്രായം എ. ആറിനുണ്ടായിരുന്നെങ്കിലും ഉദാസീനത കാരണം ഇതിനെ വിഭക്തികളുടെ കൂട്ടത്തിലും വിഭക്ത്യാഭാസങ്ങളുടെ കൂട്ടത്തിലും അദ്ദേഹം നില നിർത്തുന്നുണ്ട്. എന്നാൽ എൽ. വി. ആർ. അധികരണപ്രത്യയത്തിന്റെ രൂപഭേദമായിട്ടാണ് ഇതിനെ പരിഗണിക്കുന്നത്. വിഭക്ത്യാഭാസമെന്ന സംജ്ഞ അദ്ദേഹം ഉപയോഗിക്കുന്നേയില്ല.

- പ്രാദേശികവാമൊഴിഭേദങ്ങളിൽനിന്ന് ദത്തങ്ങൾ ശേഖരിച്ച് വിഭക്തികൾക്ക് സംഭവിച്ച ചുരുക്കം ചർച്ച ചെയ്യുന്ന എൽ. വി. ആറിൽ ആധുനികഭാഷാശാസ്ത്രദൃഷ്ട്യാ പഠനം നടത്തുന്ന വൈയാകരണനെ കാണാം.
- ഉദ്ദേശികയും സംബന്ധികയും മാത്രമല്ല മറ്റു വിഭക്തികളും പലതരത്തിലുള്ള ഭംഗങ്ങൾക്കും വിധേയമായിട്ടുണ്ടെന്ന് എൽ. വി. ആറിന്റെ നിരീക്ഷണങ്ങളെ മുൻനിർത്തി ഊഹിയ്ക്കാവുന്നതാണ്.
- മലയാളത്തിൽ ഒരു പ്രത്യയത്തിന് ഒരർത്ഥം മാത്രമല്ല ഉള്ളതെന്നും ഒരർത്ഥത്തെ സൂചിപ്പിക്കാൻ നിരവധി പ്രത്യയങ്ങളുണ്ടെന്നും എൽ. വി. ആർ. ദത്തങ്ങളുടെ സഹായത്തോടെ വ്യക്തമാക്കുന്നു.
- എ. ആർ. വൈയാകരണന്റെ കാഴ്ച്ചപ്പാടോടെയും എൽ. വി. ആർ. ഭാഷാശാസ്ത്രജ്ഞന്റെ കാഴ്ച്ചപ്പാടോടെയുമാണ് രൂപിമങ്ങളെ പരിശോധിച്ചത്. അതുകൊണ്ടാണ് എൽ. വി. ആർ. പ്രാദേശികവാമൊഴിഭേദങ്ങളിലേയ്ക്കുകൂടി അന്വേഷണം വ്യാപിപ്പിച്ചത്. എ. ആറിന് അതിന്റെ ആവശ്യമില്ലായിരുന്നു. കാരണം അദ്ദേഹം വൈയാകരണനായിരുന്നു. ഇന്നതു ശരി, ഇന്നതു തെറ്റ് എന്നു ചൂണ്ടിക്കാണിക്കുന്ന വൈയാകരണൻ.

5. മലയാളക്ലാസിക്കുകളുടെ ഭാഷയും രൂപിമപരിണാമവും

ഭാഷാചരിത്രാന്വേഷണോപാധികളായി സാഹിത്യകൃതികളെ ആശ്രയിച്ച എൽ. വി. ആർ. അവയുടെ ഭാഷാപരമായ പ്രത്യേകതകൾ സൂക്ഷ്മമായി നിരീക്ഷിക്കുകയും അതിന്റെ വിശകലനത്തിനായി *ദ ലാംഗ്വേജ് ഓഫ് സം മലയാളം ക്ലാസിക്സ്* (The Language of Some Malayalam Classics) എന്ന ഒരു അധ്യായംതന്നെ ***ദ എവല്യൂഷൻ ഓഫ് മലയാളം മോർഫോളജി***യിൽ ചേർക്കുകയുമുണ്ടായി.

5.1. എൽ. വി. ആർ. പഠിച്ച ക്ലാസിക് കൃതികൾ

ഉണ്ണുനീലിസന്ദേശം, നിരണംകൃതികൾ, ചമ്പുക്കൾ, കൃഷ്ണഗാഥ, എഴുത്തച്ഛൻകൃതികൾ എന്നിവയാണ് എൽ. വി. ആർ. തെരഞ്ഞെടുത്തു പഠിച്ച മലയാളംക്ലാസിക്കുകൾ. ഈ കൃതികളിലെ വിഭക്തികൾ, ക്രിയകൾ, തമിഴീകൃതരൂപങ്ങൾ, സർവ്വനാമങ്ങൾ, പുരുഷപ്രത്യയങ്ങൾ, പ്രകാരങ്ങൾ തുടങ്ങിയ വ്യാകരണകാര്യങ്ങൾ പലതും എൽ. വി. ആർ. ചർച്ച ചെയ്തിട്ടുണ്ട്. മലയാളക്ലാസിക്കുകളിൽനിന്ന് എൽ. വി. ആർ. വേർതിരിച്ചെടുത്ത വിഭക്തികളെ അടിസ്ഥാനമാക്കി താഴെക്കൊടുക്കുന്ന വസ്തുതകൾ വിശകലനം ചെയ്യുകയാണ് ഇവിടെ.

- മണിപ്രവാളപ്രസ്ഥാനത്തെ പ്രതിനിധാനം ചെയ്യുന്ന സന്ദേശകാവ്യങ്ങളിലും ചമ്പുക്കളിലും വിഭക്ത്യന്തസംസ്കൃതരൂപങ്ങൾ നിലനിന്നിരുന്നോ?
- പ്രാചീനതയുടെ നിദർശനങ്ങളായി എൽ. വി. ആർ. എടുത്തു പറയുന്ന പ്രത്യയങ്ങൾ ആധുനികമലയാളത്തിൽ നിലനിൽക്കുന്നുണ്ടോ?
- മലയാളക്ലാസിക്കുകളിലെ ഭാഷ ആധുനികമലയാളത്തോട് എത്രമാത്രം അടുത്തുനിൽക്കുന്നു?

5.1.1. ഉണ്ണുനീലിസന്ദേശം

മാടമ്പീനാം, ഉണ്ണുനീലീം, വേറിരുന്ന് എന്നിവയെ വിഭക്ത്യന്തസംസ്കൃതരൂപങ്ങളായി എൽ. വി. ആർ. ചൂണ്ടിക്കാണിക്കുന്നു. ഇവയിൽ വേറിരുന്ന് വിഭക്ത്യന്തസംസ്കൃതമാവാൻ യാതൊരു യുക്തിയും കാണുന്നില്ല.

ന്റെ എന്ന സംബന്ധികാ ഏകവചനത്തിന്റെ അപൂർവ്വമായ ഉപയോഗം. ഉണ്ണുനീലിസന്ദേശത്തിൽ ഇത്തരം മൂന്നു രൂപങ്ങൾ മാത്രമേ കാണുന്നുള്ളൂവെന്ന് എൽ. വി. ആർ. പറയുന്നുണ്ടെങ്കിലും *The Evolution of Malayalam Morphology* യിലെ *Nominal Inflections* എന്ന ഒന്നാമദ്ധ്യായത്തിൽ *ചിറ്റപ്പന്റെ, തേന്മാവിന്റെ, പുണ്യത്തിന്റെ, മുലത്തൊത്തിന്റെ* എന്നീ നാലു രൂപങ്ങൾ എൽ. വി. ആർ. തന്നെ എടുത്തുപറഞ്ഞിട്ടുണ്ട്.

നിർദ്ദേശികയൊഴികെയുള്ള വിഭക്തികളിൽ *ഞങ്ങൾ* എന്നതിനു പകരം *എങ്ങൾ* എന്നാണ് കാണുന്നത്. *എൻ* എന്നത് *ഞാൻ* ആയി മാറുന്നതിന് മുമ്പുള്ള ഘട്ടത്തെ പ്രതിഫലിപ്പിക്കുന്ന കൃതിയാണ് ഉണ്ണുനീലിസന്ദേശമെന്ന് ഇതിൽനിന്നും ഊഹിക്കാവുന്നതാണ്.

നപുംസകബഹുവചനരൂപമായ *അവ*യുടെ വിഭക്തിപ്രകൃതി ഉണ്ണുനീലിസന്ദേശത്തിൽ പ്രത്യക്ഷപ്പെടുന്നത് *അവയിറ്റ്* എന്നായാണ്. *അവയിറ്റി*ന് അംഗഭംഗം സംഭവിച്ചതിന്റെ ഫലമായിരിക്കാം മലയാളത്തിലെ *അവ.* (അവറ്റ)

പ്രതിഗ്രാഹിക ചേർന്ന *പണ്ടേതിനെ*ക്കാൾ, ആധാരിക ചേർന്ന *പണ്ടേതിൽ*ക്കാൾ എന്നിങ്ങനെ കാൾ എന്ന താരതമ്യസൂചകപ്രത്യയം ചേർന്ന രണ്ടു രൂപങ്ങളും ഉണ്ണുനീലിസന്ദേശത്തിൽ കാണുന്നുണ്ട്. ആധുനികമലയാളത്തിൽ പ്രതിഗ്രാഹികയോടൊപ്പമാണ് കാൾ ചേർന്നു കാണുന്നത്. പ്രാചീനമലയാളത്തിൽ ഈ ചേർച്ച ആധാരികയോടൊപ്പവും ഉണ്ടായിരുന്നിരിക്കണം. അല്ലെങ്കിൽ കാൾ പ്രത്യയത്തിന്റെ

ചേർച്ച ആധാരികയിൽനിന്ന മാറി പ്രതിഗ്രാഹികയിലേയ്ക്ക് കടക്കുന്ന സംക്രമണഘട്ടത്തിലുണ്ടായ കൃതിയായിരിക്കണം ഉണ്ണുനീലിസന്ദേശം.

5.1.2. നിരണംകൃതികൾ

ഉടയയുടെ പ്രബലമായ ഉപയോഗം. സംബന്ധികാപ്രത്യയത്തിന് അംഗഭംഗം സംഭവിക്കുന്നതിനു മുമ്പാണ് നിരണംകൃതികളുടെ കാലം എന്നു വ്യക്തം.

അന്ത്യത്തിൽ *വ*കാരം ചേർന്നുനിൽക്കുന്ന *രാജാവ്, ഗുരുവ്, ഭർത്താവ്* മുതലായ രൂപങ്ങൾ കാണാം. തമിഴിൽ *രാജാ, റോജാ* എന്നുതന്നെ എഴുതുമ്പോൾ നിരണംകൃതികളിൽ *രാജാവ്* പോലെ *വ്* ചേർന്ന രൂപങ്ങൾ കാണുന്നുണ്ടെങ്കിൽ അതിനർത്ഥം നിരണംകൃതികളുടെ കാലമായപ്പോഴേയ്ക്കും മലയാളം സംസ്കൃതത്തോട് അടുത്തുതുടങ്ങി എന്നാണ്.

തമ്പിയുമായേ എന്നതിലെപ്പോലെ മൂന്നാംവിഭക്തിയായി *ആയ്* യുടെ ഉപയോഗം. മൂന്നാം വിഭക്തിയുടെ പ്രത്യയം *ഓട്* എന്നാണെങ്കിലും *ആയ്* യുടെ ചേർച്ച ആധുനികമലയാളത്തിലും സാധാരണമാണ്. ഉദാ- അവൻ അച്ഛനുമായി സ്കൂളിലെത്തി. (അച്ഛനോടൊത്ത് എന്നു പറഞ്ഞില്ലെങ്കിലും അർത്ഥം സ്പഷ്ടം). വിയോജികാർത്ഥത്തിലും *ആയ്* ചേർന്നുനിൽക്കാറുണ്ട്. ഉദാ- അവൾ അമ്മയുമായി പിണക്കത്തിലാണ്.

ദിശാസൂചകമായി *ദിക്കിനു പോയാൻ (ദിക്കിലേക്കു പോയ്* എന്ന് ആധുനികരൂപം), *അമരുലകിനു ചെൽവൻ* എന്നീ രൂപങ്ങൾ നിരണംകൃതികളിൽ കാണാം. ദിശാസൂചകമായി *ഏയ്ക്ക്, ഓട്ട്* എന്നീ പ്രത്യയങ്ങളുടെ ഉപയോഗം ആധുനികമലയാളത്തിലും നിർബന്ധമില്ല. ഉദാ- *കോഴിക്കോട് പോയി, വടക്ക് നോക്കി നിന്നു.*

എൽ. വി. ആർ. ചൂണ്ടിക്കാണിച്ച ഉദാഹരണങ്ങൾ പരിശോധിക്കുമ്പോൾ അംഗഭംഗം സംഭവിക്കാത്ത ഉടയയുടെ ഉപയോഗത്തിൽ മാത്രമേ നിരണംകൃതികൾ ഭാഷയുടെ പ്രാചീനത സംരക്ഷിക്കുന്നുള്ളൂ. മറ്റു വസ്തുതകളെല്ലാം വിരൽ ചൂണ്ടുന്നത് നിരണംകൃതികളിലെ ഭാഷ ആധുനികമലയാളവുമായി അടുത്തുനിൽക്കുന്നു എന്നതിലേയ്ക്കാണ്. രാമപ്പണിക്കരുടെ കൃതികളിൽ മാത്രമായി പരിമിതപ്പെടുത്തിയ ഗവേഷണഫലം നിരണംകൃതികൾ എന്ന ശീർഷകത്തിനുതാഴെ അവതരിപ്പിക്കുകയാണ് എൽ. വി. ആർ. ചെയ്തത് എന്ന വസ്തുത പ്രധാനമാണ്. മാധവന്റെയും ശങ്കരന്റെയും കൃതികളിലെ ഭാഷ അദ്ദേഹം പരിഗണിച്ചതേയില്ല. രാമപ്പണിക്കരുടെ ഭാഷ തന്നെയാണ് മറ്റു കണ്ണശ്ശന്മാരുടേതുമെന്ന എൽ. വി. ആറിന്റെ നിഗമനം അത്ര യുക്തിഭദ്രമല്ല. ഭാരതമാലയിലെയും ഭാഷാഭഗവദ്ഗീതയിലെയും ഭാഷകൂടി പരിഗണിച്ചിരുന്നെങ്കിൽ ഒരുപക്ഷെ,

നിരണംകൃതികളുടെ ഭാഷ ആധുനികമലയാളത്തോട് ചേർന്നുനിൽക്കു ന്നു എന്ന ഊഹത്തിന് അത്ര സാധുതയുണ്ടാവുമായിരുന്നില്ല.

I have confined my observations to Rama Panikkar's works alone;but what I say of Rama Panikkar's works would be true of the language of the other Niranam Panikkars. (Ramaswami Ayyar, L.V., The Evolution of Malayalam Morphology, The Rama Varma Research Institute Committee, Trichur, 1936, P.115)

5.1.3. ചമ്പുക്കൾ

രാമായണംചമ്പുവിൽ കാണുന്ന *രാമനേ വേറിരുന്നാൽ, വേഗാൽ പുറപ്പെട്ട്, രാമാൽ ഭയപ്പെട്ടുകകൊണ്ടു* എന്നിവ മലയാളം ചേർന്ന സംസ്കൃതരൂപങ്ങളാണെന്ന് എൽ. വി. ആർ. നിരീക്ഷിച്ചിട്ടുണ്ട്. ഇവിടെയുള്ള *വേഗാൽ പുറപ്പെട്ട്* എന്നതിലെ *വേഗാൽ* വേഗത്തിൽ എന്നു പരിഭാഷപ്പെടുത്താവുന്ന *വേഗാത്* എന്ന സംസ്കൃതരൂപം തന്നെയാണ്. (വാത്സല്യം - വാൽസല്യം).

യാത്രാം മുതിർന്നീടിനാൻ (കല്യാണസൗഗന്ധികം, പു. 32) എന്നതു പോലെ സംസ്കൃത വിഭക്തിപ്രത്യയങ്ങൾ ചേർന്ന രൂപങ്ങളും ചമ്പുമലയാളത്തിൽനിന്ന് എൽ. വി. ആർ. വേർതിരിച്ചെടുക്കുന്നുണ്ട്. ചമ്പുപ്രസ്ഥാനം മണിപ്രവാളപ്രസ്ഥാനത്തിന്റെ ഉൾപ്പിരിവായതിനാൽ വിഭക്ത്യന്തസംസ്കൃതപദങ്ങളുടെ സാന്നിധ്യം സാധാരണവുമാണ്.

സംസ്കൃതത്തിന്റെ സവിശേഷതയായ വിശേഷണവിശേഷ്യങ്ങൾക്കിടയിലെ വിഭക്തിപ്പൊരുത്തം ചമ്പുമലയാളവും അനുകരിക്കുന്നുണ്ട്. ദക്ഷിണദ്രാവിഡഭാഷകളിലൊന്നാകെതന്നെ *സുന്ദരിയായ സീതയോട്* എന്ന പ്രയോഗം നിലനിൽക്കുമ്പോൾ ചമ്പുമലയാളത്തിൽ *സുന്ദരിയോട് സീതയോട്* എന്നാണ് കാണുന്നത്. ചമ്പുക്കളിൽ സവിശേഷമായും സംസ്കൃതത്തിൽ സാമാന്യമായും കാണുന്ന ഈ വിശേഷ്യവിശേഷണപ്പൊരുത്തം സംസ്കൃതത്തിൽനിന്നും കടംകൊണ്ട സാഹിത്യപ്രയോഗരീതിതന്നെയാണ് ചമ്പു എന്നുറപ്പിക്കുന്നു. *ദേവന്ന് അക്ഷോസലേന്ദ്രന്ന്* (രാമചരിതം), *രണ്ടാം മഹേന്ദ്രന്ന് നളന്* (നൈഷധം ചമ്പു) എന്നീ ഉദാഹരണങ്ങളും എൽ. വി. ആർ. എടുത്തുകാണിക്കുന്നുണ്ട്.

നിന്നാൽ ഗീയതേ, ശോകമേ മമ വരു (നൈഷധം ചമ്പു), *നിന്നാൽ അനുശ്രൂയതാം* (രാമചരിതം), *നിന്നോടു മമ പറവാൻ വേല ഉണ്ടെങ്കിലും* (ബാലിവധം) എന്നിവയും സംസ്കൃതം ചേർത്തുള്ള മറ്റു നിർമ്മിതികളാണ്.

ചമ്പുപ്രസ്ഥാനം മണിപ്രവാളപ്രസ്ഥാനത്തിന്റെ ഉൾപ്പിരിവാണെന്നും സംസ്കൃതത്തോട് ചായ്‌വുള്ള ഒരു മണിപ്രവാളഭാഷ

ശക്തമായിത്തന്നെ ഇവിടെ നിലനിന്നിരുന്നു എന്നുമുള്ള വസ്തുതയിലേക്ക് എൽ. വി. ആറിന്റെ നിരീക്ഷണങ്ങൾ വഴിതുറക്കുന്നുണ്ട് എന്നു കാണാം.

5.1.4. കൃഷ്ണഗാഥ

ദേശങ്ങൾ പിന്നിട്ട്, അമ്പാടി മുന്നിട്ട്, ശീതത്തെ വേറിട്ട് എന്നിങ്ങനെ പ്രതിഗ്രാഹിക ചേർന്നതും ചേരാത്തതുമായ രൂപങ്ങൾ കാണുന്നുണ്ട്. ഇത് ആധുനികമലയാളത്തിന്റെയും സവിശേഷതയാണ്. *വെള്ളം കുടിച്ച* എന്നേ നമ്മൾ പറയാറുള്ളൂ. *വെള്ളത്തെക്കുടിച്ച* എന്നു പറയാറില്ല.

വേലിയെത്തൊട്ടുള്ളൊരുത്സവം, തമ്പുരാനെത്തൊട്ട്, വെണ്ണയും പാലും തൊട്ടുള്ള കൊതി എന്നിങ്ങനെ പ്രതിഗ്രാഹികയോടൊപ്പവും അല്ലാതെയും *തൊട്ട്* എന്ന ഗതിയുടെ സ്വതന്ത്രമായ ഉപയോഗം കാണാം. എന്നാൽ ആധുനികമലയാളത്തിൽ *തൊട്ട്* എന്നതിനേക്കാൾ കൂടുതലായി *മുതൽ* ആണ് കാണുന്നത്. *മുതലിനു* മുമ്പായി *പ്രതിഗ്രാഹിക* ചേരാറുമില്ല.

കൃഷ്ണനെക്കൊണ്ടു പറയുക, *എന്നതുകൊണ്ടുള്ള വാർത്ത* മുതലായ രൂപങ്ങൾ തെളിയിക്കുന്നത് *കുറിച്ച്* സാർവ്വത്രികമല്ലാത്തതും *കൊണ്ട്* ശക്തമായി നിലനിന്നിരുന്നതുമായ ഘട്ടത്തെ കൃഷ്ണഗാഥ പ്രതിനിധീകരിക്കുന്നു എന്നാണ്. വടക്കൻകേരളത്തിലെ ചില പ്രാദേശികഭാഷാഭേദങ്ങൾ ഇത്തരം രൂപങ്ങളെ ഇന്നും സംരക്ഷിക്കുന്നുണ്ട്. (ഗതി)

പാരിനും, മാലിന്ന്, വേലിന്ന്, പൈതൽക്ക്, കുഴൽക്ക് എന്നിങ്ങനെ *ഇന്/ഇന്ന്, ക്ക്* എന്നീ ഉദ്ദേശികാപ്രത്യയങ്ങൾ ചേർന്ന രൂപങ്ങൾ കൃഷ്ണഗാഥയിൽ യഥേഷ്ടം കാണാം. നാന്താംഗങ്ങളിൽ ഉദ്ദേശികയുടെ പ്രത്യയം *ഉ്* എന്നും നാന്താംഗങ്ങളല്ലെങ്കിൽ *ക്ക്* എന്നുമാണെന്നർത്ഥം. ഇത് ആധുനികമലയാളത്തിന്റെയും സവിശേഷതയാണ്.

ഉദ്ദേശികാശയം പ്രകടിപ്പിയ്ക്കാനായി *ദേവകിക്കായിട്ട് നൽകീടിനാൻ, സോദരന്നായ് കൊടുത്തു, ആരണന്നായിട്ട് നൽകിനാർ, കാട്ടാളനായിട്ട് കാഴ്ചയായ് നൽകിനാൻ* എന്നിങ്ങനെ *ക്ക്, ഉ്* പ്രത്യയങ്ങളോടൊപ്പം *ആയ്, ആയിട്ട്* എന്നിവയുടെ ഉപയോഗം കൃഷ്ണഗാഥയിൽ സാർവ്വത്രികമാണ്. എന്നാൽ ആധുനികമലയാളം ഇതിനെ പാടേ ഉപേക്ഷിച്ചു.

മേല്പട്ട്, കീഴ്പട്ട്, അങ്ങോട്ട്, തെക്കോട്ട് എന്നിങ്ങനെ ദിശാസൂചകപ്രത്യയമായ *ഓട്ട്* ചേർന്ന രൂപങ്ങൾ കൃഷ്ണഗാഥയിൽ അപൂർവ്വമാണ്. അതേസമയം *വിണ്ണിലങ്ങാമ്മാറ്, വാതില്ക്കലാമ്മാറ്, തേരിലങ്ങാമ്മാറ്, കാട് നോക്കി ചാടിനാർ, കാന്താരം നോക്കി, അങ്ങുനോക്കി, പിൻനോക്കി, ദ്വാരക നോക്കി, തേരിലങ്ങായ്ക്കൊണ്ടു പാഞ്ഞു* എന്നിവയിൽ

കാണുന്നതുപോലെ *ആമ്മാറ്, നോക്കി, ആയ്ക്കൊണ്ട്* എന്നീ ദിശാസൂചകപ്രത്യയങ്ങൾ സാധാരണവുമാണ്. ആധുനികമലയാളത്തിൽ ദിശാസൂചകാർത്ഥത്തിൽ ഉപയോഗിക്കുന്ന *ഏയ്ക്ക്, ഇലേയ്ക്ക്, ഇങ്കലേയ്ക്ക്* എന്നീ പ്രത്യയങ്ങൾ കൃഷ്ണഗാഥയിൽ കാണുന്നേയില്ല. *പകരം കാലപുരത്തിന്ന് പൂകം* എന്നതിലെപ്പോലെ *ഇന്ന്* എന്ന ഉദ്ദേശികാപ്രത്യയം നേരിട്ടുപയോഗിക്കുകയാണ് ചെയ്തിട്ടുള്ളത്.

ബാലകന്മാരുടെ ഹിംസ ചെയ്തു, നിന്നുടെ ഹാനി വരാതെ എന്നിങ്ങനെ ഉദ്ദേശിക (സംസ്കൃതത്തിൽ) ക്കുപകരം സംബന്ധികയുടെ ഉപയോഗം കൃഷ്ണഗാഥയിൽ കാണുന്നുണ്ട്. സംബന്ധികാപ്രത്യയം *ഉടയ* എന്നല്ലാതെ *ഉടെ* എന്നു കാണുന്നതിൽനിന്നും കൃഷ്ണഗാഥയുടെ ഭാഷ കുറെക്കൂടി ആധുനികമാണെന്നു മനസ്സിലാക്കാം.

ആധുനികമലയാളത്തിലുള്ള *ഇൽ, കൽ* എന്നീ ആധാരികാപ്രത്യയങ്ങൾ കൃഷ്ണഗാഥയിൽ കാണുന്നേയില്ല. പകരം *മുന്നമേ, തീരമേ ഓടിനാർ, കൂട്ടമേ, അകമേ* എന്നീ രൂപങ്ങളാണ് കാണുന്നത്. *ഇട(കാലിട, മന്നിട), ചാരത്ത്, അണയത്ത്, മുന്നൽ* എന്നീ അനുപ്രയോഗങ്ങൾ ചേർന്ന രൂപങ്ങളും സാധാരണമാണ്. ആധുനികമലയാളത്തിൽ ഇത്തരം സവിശേഷതകൾ കാണുന്നേയില്ല. മുകളിൽ കൊടുത്ത ഉദാഹരണവുമായി താരതമ്യം ചെയ്യുമ്പോൾ പ്രാചീനമലയാളത്തിന്റെയും ആധുനികമലയാളത്തിന്റെയും സവിശേഷതകൾ ഒരുപോലെ സംരക്ഷിക്കുന്ന കൃതിയാണ് കൃഷ്ണഗാഥ എന്ന നിഗമനത്തിലെത്തുന്നതിൽ തെറ്റുണ്ടെന്നു തോന്നുന്നില്ല.

സംബോധികാർത്ഥത്തിൽ *മാലേയച്ചാറ്ററും മാറുള്ളോനേ, അന്ധനായുള്ളോയേ, നിത്യനായുള്ളോവേ* എന്നിങ്ങനെ *ഉള്ളോനേ, ഉള്ളോയേ, ഉള്ളോവേ* ചേർന്ന രൂപങ്ങൾ കൃഷ്ണഗാഥയിൽ വ്യാപകമായി കാണുന്നുണ്ട്. എന്നാൽ ആധുനികമലയാളത്തിൽ സംബോധികാർത്ഥം ജനിപ്പിക്കുന്നതിന് അന്ത്യം ദീർഘിപ്പിക്കുക മാത്രമേ പതിവുള്ളൂ.

5.1.5. എഴുത്തച്ഛൻകൃതികൾ

രാമായണം, മഹാഭാരതം, ചിന്താരത്നം, ഭാഗവതത്തിന്റെ ആദ്യത്തെ ഒമ്പത് സ്കന്ധങ്ങൾ, ഹരിനാമകീർത്തനം, കൈവല്യനവനീതം എന്നിവയിൽനിന്നാണ് എൽ.വി.ആർ. ഉദാഹരണങ്ങളെടുത്തിട്ടുള്ളത്. ഇവയിൽ പലതും എഴുത്തച്ഛൻകൃതികളാണെന്നതിന് ഊഹങ്ങളുടെ അടിസ്ഥാനം മാത്രമേയുള്ളൂ എന്ന കാര്യം ഓർക്കേണ്ടതുണ്ട്.

ന്, ക്ക് എന്നീ ഉദ്ദേശികകളുമായുള്ള പ്രകൃതികളുടെ ചേർച്ച എഴുത്തച്ഛന്റെ കാലമായപ്പോഴേയ്ക്കും കൃത്യമായി വേർതിരിയ്ക്കാവുന്ന

ഘട്ടത്തിലെത്തിയിരുന്നു എന്ന് എൽ. വി. ആർ. നിരീക്ഷിക്കുന്നുണ്ട്. എന്നാൽ *പോർക്കു/ പോരിന്, കാൽക്കു, വിരൽക്കു, തണ്ണീർക്കു, കാലനൂർക്കു, പാരിന്നു* എന്നീ രൂപങ്ങൾ എൽ. വി. ആറിന്റെ നിരീക്ഷണത്തിന് അപവാദമായി നിലകൊള്ളുന്നുണ്ട്. പ്രകൃതികൾ ഉദ്ദേശികയോട് ചേരുന്ന കാര്യത്തിൽ എഴുത്തച്ഛൻകൃതികളും അനിശ്ചിതത്വം പുലർത്തുന്നുണ്ട് എന്ന് ഇതിൽനിന്നും മനസ്സിലാക്കാവുന്നതാണ്.

സംബന്ധികാപ്രത്യയമായ *ന്റെ* എഴുത്തച്ഛൻകൃതികളിൽ സുലഭമാണ്. വൃത്തസൗകര്യാർത്ഥം *ന്റെ* യ്ക്കു പകരം *ഉടെ* ചേർന്ന രൂപങ്ങളും ഉപയോഗിക്കുന്നുണ്ട്. *ഭരതൻ തൻ ചൊല്ലാലേ* എന്ന മട്ടിൽ സംബന്ധികാർത്ഥത്തിൽ തൻ ചേർന്ന രൂപങ്ങൾ പ്രാചീനതയുടെ നിദർശനമായി എഴുത്തച്ഛൻകൃതികളിൽ കാണുന്നുണ്ടെന്ന് എൽ. വി. ആർ. നിരീക്ഷിക്കുന്നുണ്ട്. എന്നാൽ ആധുനികമലയാളത്തിലും സംബന്ധികാർത്ഥത്തിൽ തൻ ഉപയോഗിക്കാറുണ്ട്. വിജയലക്ഷ്മിയുടെ *മഴ തൻ മറ്റേതോ മുഖം* എന്ന കവിതാശീർഷകം ഇവിടെ സ്മരണീയമാണ്.

എഴുത്തച്ഛന്റെ ഭാരതത്തിലും കൃഷ്ണഗാഥയിലെപ്പോലെ *ഉള്ളോവേ* ചേർന്ന സംബോധനാരൂപങ്ങൾ കാണാം. ഇത് ആധുനികമലയാളം പാടേ ഉപേക്ഷിച്ചിട്ടുണ്ട്.

പരിചയമുള്ളവരെ സംബോധന ചെയ്യാനായി *എന്തെടോ സുന്ദരിയായ നീ* എന്ന മട്ടിൽ സ്ത്രീ-പുരുഷഭേദമെന്യേ *എടോ* ഉപയോഗിക്കുന്നുണ്ട്. ആധുനികമലയാളത്തിൽ ശക്തമായി നിലനിൽക്കുന്ന ഈ രൂപത്തിന്റെ തുടക്കം എഴുത്തച്ഛന്റെ കാലം മുതലായിരിക്കണം എന്ന നിഗമനത്തിലെത്താൻ സഹായിക്കുന്ന നിരീക്ഷണമാണിത്.

ആയ്ക്കൊണ്ട്, നോക്കി, ആമ്മാറ് എന്നീ ദിശാസൂചകപ്രത്യയങ്ങളുടെ ഉപയോഗം കൃഷ്ണഗാഥയിൽ മാത്രമല്ല എഴുത്തച്ഛൻകൃതികളിലും കാണുന്നുണ്ട്. കൃഷ്ണഗാഥയിൽ കാണുന്ന ഇത്തരം രൂപങ്ങൾ അത്ര പ്രാചീനമല്ലെന്നർത്ഥം.

പിന്നിട്, മുന്നിട്, വേറിട് എന്നിവ പ്രതിഗ്രാഹികയോട് ചേർന്നു കാണുന്നുണ്ട്. എന്നാൽ ആധുനികമലയാളത്തിൽ *ദൂരത്തെ പിന്നിട്ട്* എന്നതിനു പകരം *ദൂരം പിന്നിട്ട്* എന്നാണ് കാണുന്നത്.

വിയോജികാർത്ഥത്തിൽ സംയോജികാപ്രത്യയത്തിന്റെ ഉപയോഗം ആധുനിക മലയാളത്തിലെപ്പോലെ എഴുത്തച്ഛൻകൃതികളിലും സാധാരണമാണ്.

രാഘവനിലുള്ള ഭയം/ രാഘവനോടുള്ള ഭയം എന്നീ വാക്യാർത്ഥോത്പാദനത്തിന് *രാഘവൻ പോക്കൽ നിന്നുള്ള ഭയം* എന്ന പ്രയോഗം

എഴുത്തച്ഛൻകൃതികളിൽ കാണുന്നുണ്ട്. ഈ സവിശേഷത ആധുനിക മലയാളത്തിൽ നിലനിൽക്കുന്നേയില്ല.

ചർച്ച ചുരുക്കുന്നു:

- സന്ദേശകാവ്യങ്ങളെയും ചമ്പുക്കളെയും മണിപ്രവാളമാക്കി ത്തീർക്കുന്നതിൽ മുഖ്യപങ്കുവഹിക്കുന്ന വിഭക്ത്യന്തസംസ്കൃത പദങ്ങൾ ഇത്തരം കൃതികളിൽ സജീവമാണെന്ന നിഗമന ത്തിലെത്താൻ എൽ. വി. ആറിന്റെ നിരീക്ഷണങ്ങൾ സഹാ യകമാണെങ്കിലും വിഭക്ത്യന്തസംസ്കൃതപദങ്ങളായി അദ്ദേഹം ചൂണ്ടിക്കാണിക്കുന്ന ചില രൂപങ്ങൾ തനിമലയാളമാണെന്ന് എടുത്തുപറയേണ്ടതുണ്ട്.
- പ്രാചീനതയുടെ നിദർശനങ്ങളായി എൽ. വി. ആർ. ചൂണ്ടി ക്കാണിക്കുന്ന പല പ്രത്യയങ്ങളും ആധുനികമലയാളത്തിലും നിലനിൽക്കുന്നവയാണ്. ഇത്തരം രൂപങ്ങൾ അദ്ദേഹം തെരഞ്ഞെടുത്തത് പ്രധാനമായും കൃഷ്ണഗാഥയിൽനിന്നും എഴു ത്തച്ഛൻകൃതികളിൽനിന്നുമാണ്. ഇവയിലെ ഭാഷ ആധുനികമല യാളത്തോട് കൂടുതൽ ചേർന്നുനിൽക്കുന്നു എന്ന് ഇതിൽനിന്നും ഊഹിക്കാവുന്നതാണ്.
- എൽ. വി. ആർ. പഠനത്തിനു തെരഞ്ഞെടുത്ത ക്ലാസിക് കൃതികളിൽ ഒരേസമയം പഴയതും പുതിയതുമായ രൂപങ്ങൾ സമാന്തരമായി നിലനിൽക്കുന്നുണ്ട്. ആധുനികമലയാളം ഇന്നു കാണുന്ന വിധത്തിൽ നിയതമായ ഘടന പ്രാപിച്ചത് അനുക്ര മമായ പരിണാമഫലമായാണെന്നും അതിന്റെ പടവുകളുടെ ഭാഷാസൂചനകൾ സാഹിത്യകൃതികളിൽ നിലനിൽക്കുന്നുണ്ടെ ന്നും എൽ. വി. ആർ. കാണിച്ചു തന്നു. അതേസമയം കാവ്യഭാഷ യ്ക്ക് മാത്രമായിത്തന്നെ ചില സവിശേഷതകളുണ്ടെന്ന വസ്തുതയും അദ്ദേഹം പ്രത്യേകം ശ്രദ്ധിച്ചിരുന്നു എന്ന് വിശദീകരണങ്ങളിൽ നിന്ന് വെളിപ്പെടുന്നുണ്ട്.

6. പ്രാദേശികവാമൊഴിഭേദങ്ങൾ എൽ. വി. ആറിന്റെ ധൈഷണികപരിസരത്തിൽ

പ്രാദേശികവും സാമൂഹികവുമായ വ്യത്യാസങ്ങൾ ഭാഷയ്ക്കുള്ളിലുണ്ട്. വ്യവഹാരഭാഷ മാനകഭാഷയിൽനിന്ന് വ്യത്യാസപ്പെട്ടാണിരിക്കു ന്നതെന്നതിനാൽ അത്തരം വ്യത്യാസങ്ങളെ ശുദ്ധഭാഷാപ്രയോ ഗങ്ങളായി പാരമ്പര്യവ്യാകരണങ്ങൾ പരിഗണിക്കാറില്ല. മലയാള ഭാഷയുടെ ഉത്ഭവത്തെയും പരിണാമത്തെയും കുറിച്ച് ആഴത്തിൽ പഠിച്ച എൽ. വി. ആറിനെതിരെവന്ന പ്രധാന വിമർശനം അദ്ദേഹം

പ്രാദേശികവാമൊഴിഭേദങ്ങളെ തീരെ പരിഗണിച്ചില്ല എന്നതാണ്. 'ദ എവല്യൂഷൻ ഓഫ് മലയാളം മോർഫോളജി'യിൽ കാണുന്ന ചില നിരീക്ഷണങ്ങൾ ഇതിനുള്ള അപവാദങ്ങളിലേയ്ക്ക് വഴിതുറക്കുന്നുണ്ട്. രൂപിമപരിണാമപഠനത്തിൽ സ്വതന്ത്ര-ബദ്ധ രൂപിമങ്ങളുടെ പടിപടിയായുള്ള പരിണാമം അടയാളപ്പെടുത്തുമ്പോൾ ചെറിയ തോതിലെങ്കിലും വാമൊഴിഭേദങ്ങളുടെ രൂപിമപരിണാമവും വിശകലനം ചെയ്യുന്നുണ്ട്. മലയാളദേശത്തെ വാമൊഴിഭേദങ്ങൾ എൽ. വി. ആറിന്റെ ഡൈഷണികപരിസരത്തെ എങ്ങനെയൊക്കെ സമ്പന്നമാക്കുന്നു എന്ന് വെളിവാക്കുകയാണ് ഇവിടെ.

6.1. വിഭക്തിപ്രത്യയങ്ങളുടെ ചുരുക്കം

കായ, വായ, നായ, പായ തുടങ്ങിയ അകാരാന്ത്യപദങ്ങളിൽ സംബന്ധികാപ്രത്യയം ചുരുങ്ങിയ രൂപത്തിലാണ് ചില പ്രാദേശികവാമൊഴിഭേദങ്ങളിൽ കാണുന്നത്.

ഉദാ- കായടെ വില, വായടെ നാറ്റം, നായടെ വാൽ, പായടെ മേലെ.

സംബന്ധിക ഒഴികെയുള്ള വിഭക്തികളിൽ അന്ത്യത്തിലുള്ള അ ലോപിക്കും.

ഉദാ- നായ്ക്ക്, പായിൽ.

നായടെ എന്നത് സാധാരണ പ്രയോഗമാണെങ്കിൽ *നായി*ന്റെ എന്നത് ഒന്നോ രണ്ടോ വാമൊഴിസന്ദർഭങ്ങളിലേ കാണുന്നുള്ളൂവെന്നും ഇവയിൽ *നായിന്റെ മോൻ* എന്നത് തെറിയാണെന്നും എൽ. വി. ആർ. നിരീക്ഷിക്കുന്നുണ്ട്.

തെറിയുടെ ശക്തി കൂട്ടാൻ നായിന്റെ മോന്റെ മോൻ എന്നും പ്രയോഗിക്കാറുണ്ട്. ഇവിടെയും ബലക്കൂടുതലിനു കാരണം ആവർത്തിച്ച വരുന്ന സംബന്ധികാപ്രത്യയ(ന്റെ)മാണ്.

തെറിപ്രയോഗങ്ങൾക്ക് കൂടുതൽ ഉറപ്പുനൽകുന്നത് *ന്റെ* എന്ന സംബന്ധികാപ്രത്യയമാണെന്നാണ് ഊഹിക്കാൻ കഴിയുന്നത്.

ഉദാ- അന്റെ തന്ത, ബാപ്പാന്റെ---, ഉമ്മാന്റെ---, അമ്മായീന്റെ---,മറ്റോന്റെ---.

6.2. ഒരിക്കാൽ

തമിഴിലെ *കാൽ* എന്ന ഗതിയിൽനിന്നാണ് *കൽ* ഉണ്ടായതെന്ന് എൽ. വി. ആർ. നിരീക്ഷിക്കുന്നുണ്ട്. ഉത്തരകേരളവാമൊഴിഭേദങ്ങളിൽ ഇന്നും സജീവമായ ഒരിക്കാൽ എന്ന രൂപമാണ് ഒരിക്കൽ എന്നതിന്റെ പൂർവ്വരൂപമെന്ന് ഇതിൽനിന്നും ഊഹിക്കാവുന്നതാണ്.

6.3. എടോ

മലയാളത്തിൽ *എടോ* എന്ന സംബോധന സ്ത്രീ-പുരുഷഭേദമില്ലാതെ പ്രത്യക്ഷപ്പെടുന്ന വസ്തുത എൽ. വി. ആറിന്റെ നിരീക്ഷണത്തിനു വിധേയമായിട്ടുണ്ട്.

ഉദാ- എടോ കോകിലബാലികേ, എടോ അച്യുതാ.

പുല്ലിംഗത്തെ സൂചിപ്പിക്കുന്ന *എടാ*, സ്ത്രീലിംഗത്തെ സൂചിപ്പിക്കുന്ന *എടീ* എന്നീ രൂപങ്ങളെപ്പോലെ തരംതാഴ്ചയോ നിന്ദയോ പ്രതിഫലിപ്പിക്കുന്നില്ല *എടോ* എന്ന പ്രയോഗമെന്നും അദ്ദേഹത്തിന് അഭിപ്രായമുണ്ട്. ചില പ്രാദേശികവാമൊഴിഭേദങ്ങളിൽ സ്ത്രീ- പുരുഷഭേദമെന്യേ *എടോ* എന്ന സംബോധന ഇന്നും ശക്തമായി നിലനിൽക്കുന്നുണ്ട്.

6.4. ഇന് ഉദ്ദേശികാർത്ഥത്തിൽ

തിരുവിതാംകൂറിലെ വ്യവഹാരഭാഷകളിൽ ഇന്നും *ഇന്/ന്* ചേർന്ന ദിശാസൂചകരൂപങ്ങൾ കേൾക്കാം.

ഉദാ- വൈക്കത്തിന് പോകണം, എറണാകുളത്തിന്.

6.5. അ/എ=ഉടെ

ഓറ ചെലവ്, ഓറ വീട്, ഓളെ ഭാഗ്യം, അവളെ ബന്ധു, ഓളെ വമ്പത്തരം തുടങ്ങിയ രൂപങ്ങളിൽ പൂർവ്വപദത്തിന്റെ അന്ത്യത്തിലുള്ള *അ, എ* എന്നിവ *ഉടെ* എന്ന സംബന്ധികാർത്ഥമാണ് വഹിക്കുന്നത്.

6.6. കൊണ്ട് രണ്ടാം വിഭക്ത്യർത്ഥത്തിൽ

കൃഷ്ണനെക്കൊണ്ട് പറഞ്ഞു, രാമനെക്കൊണ്ട് പറഞ്ഞത് നിന്നുടെ അല്പബുദ്ധി എന്നിങ്ങനെ രണ്ടാം വിഭക്ത്യർത്ഥത്തിൽ കൊണ്ട് ഉപയോഗിച്ചിരുന്നതായി എൽ. വി. ആർ. നിരീക്ഷിക്കുന്നുണ്ട്. ചില പ്രാദേശികവാമൊഴിഭേദങ്ങളിൽ ഓളെക്കൊണ്ട് പറഞ്ഞു, ഓനെക്കൊണ്ട് പറഞ്ഞു തുടങ്ങിയ രൂപങ്ങൾ ഇന്നും കേൾക്കാം.

6.7. ഒക്കപ്പാടെ

ഒക്ക് എന്ന ധാതുവിൽനിന്നാണ് അനുയോജ്യമായ എന്ന അർത്ഥത്തിലുള്ള ഒക്കുക എന്ന ക്രിയയുണ്ടായത്. ഒത്തുനോക്കുക, ഒപ്പിക്കുക തുടങ്ങിയ പ്രയോഗങ്ങൾ ഇതേ അർത്ഥത്തോടെതന്നെ ആധുനികവാമൊഴിഭേദങ്ങളിലും കാണുന്നുണ്ട്. ഇവയ്ക്കുപുറമെ, എല്ലാംകൂടെ എന്ന അർത്ഥത്തിൽ ഒക്കപ്പാടെ എന്ന രൂപവും ഇതേ ധാതുവിൽനിന്ന് നിഷ്പന്നമായിട്ടുണ്ട്. ഈ പ്രയോഗം വാമൊഴിഭേദങ്ങളിൽ ഇന്നും ശക്തമായി നിലനിൽക്കുന്നുമുണ്ട്.

6.8. താരതമ്യസൂചകപ്രത്യയങ്ങൾ

ഇൽ, കാൾ, കാളിൽ, കാട്ടിൽ, കായിൽ എന്നിങ്ങനെ വ്യത്യസ്തങ്ങളായ താരതമ്യസൂചകപ്രത്യയങ്ങൾ വാമൊഴിഭേദങ്ങളിൽ കാണാം.

ഉദാ- അതിലും വലുത്, തമ്മിൽ ഭേദം, ഓനേക്കാൾ, ഓനേക്കാളിലും, ഓനേക്കാട്ടിലും, ഓനേക്കായിലും.

6.9. അവറ്റ/ഇവറ്റ

ഇവയിറ്റ്/അവയിറ്റ്, ഇവറ്റ്/അവറ്റ് എന്നീ രണ്ടു രൂപങ്ങളും തൊൽകാപ്പിയം എഴുത്തതികാരത്തിൽ അനുവദനീയമാണ്. ഇടത്തമിഴിന്റെ ആദ്യഘട്ടവും പഴയ മലയാളഘട്ടവും വരെയുള്ള സാഹിത്യപാഠങ്ങളിൽ അവറ്റ്/ഇവറ്റ് രൂപങ്ങൾ നിലനിന്നിരുന്നു. പിൽക്കാലത്ത് ഇവയുടെ പ്രചാരം വർധിച്ചു. അവറ്റ്/ഇവറ്റ് എന്നീ രൂപങ്ങൾക്കുപുറമെ അവയുടെ, അവയാൽ, അവയ്ക്ക്, ഇവയുടെ, ഇവയാൽ, ഇവയ്ക്ക് മുതലായ രൂപങ്ങളും നിലവിൽവന്നു. ഈ രൂപങ്ങളാണ് ഇന്നത്തെ വ്യവഹാരഭാഷയിൽ സാമാന്യമായി ഉപയോഗിക്കുന്നത്. അവറ്റ, ഇവറ്റ പോലുള്ള രൂപങ്ങൾ നിന്ദാപൂർവ്വം ഉപയോഗിക്കേണ്ട സാഹചര്യങ്ങളിലേയ്ക്ക് ചുരുങ്ങിയിരിക്കുന്നു (അചേതനങ്ങൾക്കും നിന്ദിക്കേണ്ട വ്യക്തികൾക്കും). അവറ്റ, ഇവറ്റ, അവറ്റാള്, ഇവറ്റാള് എന്നിവയ്ക്കുപുറമെ ഈറ്റങ്ങൾ എന്ന രൂപവും ഉത്തരകേരളവാമൊഴിഭേദങ്ങളിൽ കാണാം. ഇതുപോലൊന്ന് എന്ന അർത്ഥത്തിൽ ഈറ്റാലൊന്ന് എന്ന പ്രയോഗവും ചില വാമൊഴിഭേദങ്ങളിലുണ്ട്.

6.10. കൂട്ടാൻ

തികച്ചും സാധാരണമായ കൂട്ടാൻ എന്ന രൂപത്തോട് *അത്ത്* ഇടനില ചേർന്ന് കൂട്ടാത്തിന്, കൂട്ടാന് എന്നെല്ലാം പ്രാദേശികഭാഷകളിൽ കടന്നുവരാറുണ്ട്. *കൂട്ടാനെന്താ?* എന്ന പ്രയോഗം ഏറ്റവും സജീവമായിത്തന്നെ നിലനിൽക്കുന്നുമുണ്ട്. കൂട്ടുക എന്ന ക്രിയയിൽനിന്നുണ്ടായ നാമമാണിത്. ഈ രൂപത്തിന് ഒരേസമയം നാമമായും ക്രിയയായും പ്രയോഗമുണ്ട്. മുറുക്കാൻ, കൂട്ടാൻ ഇവ ഉൽപത്തിയിൽ വിനയെച്ചങ്ങളായിരുന്നു. കൂട്ടുവാൻ ഉള്ളത്, കൂട്ടാൻ.

6.11. എനക്ക്

തമിഴിലെ എനക്ക് എന്നതിലെ *അ* യ്ക്കു പകരം *ഇ* ആണ് മലയാളത്തിലെ എനിക്ക് എന്ന ഉദ്ദേശിക കാണിക്കുന്നത്. എനിക്ക് എന്നതിനു പകരമായി എനക്ക് എന്നതിന്റെ പ്രയോഗം വടകര, തലശ്ശേരി ഭാഷാഭേദങ്ങളിൽ ഇന്നും ശക്തമാണ്. തട്ടത്തിൻമറയത്ത് എന്ന സിനിമയിൽ ഈ പ്രയോഗം ഏറെ ആഘോഷിക്കപ്പെട്ടതുമാണ്.

6.12. അനക്ക്

പടിഞ്ഞാറൻതീരവാമൊഴിഭേദങ്ങളിൽ ഉത്തമപുരുഷ ഏകവചനരൂപം *അൻ* ആണ്. കണ്ണൂർഭാഷാഭേദത്തിൽ എനിക്ക് എന്നതിനു പകരം കാണുന്ന അനക്ക് എന്ന പ്രയോഗത്തിനു കാരണം ഈ സവിശേഷതയാണെന്നാണ് ഊഹിക്കാൻ കഴിയുന്നത്.

6.13. കരയേറ്, കരേറ്, കേറ്, കയറ്

കരയേറ്, കരേറ് എന്നിവയ്ക്ക് തീരത്തണയുക എന്ന വാച്യാർത്ഥവും രക്ഷപ്പെടുക, മുക്തിനേടുക എന്നീ ആലങ്കാരികാർത്ഥങ്ങളുമാണുള്ളത്. കരയേറ്, കരേറ് എന്നീ രൂപങ്ങൾക്കു പകരം കയറ്,കേറ് എന്നീ രൂപങ്ങളാണ് ആധുനികമലയാളത്തിൽ കാണുന്നത്. കരയേറ്, കരേറ് എന്നീ രണ്ടു രൂപങ്ങളിലും ഉയർച്ചയെ കുറിക്കുന്നത് *ഏറ്* എന്ന ധാതുവാണ്. കരയേറ് എന്നത് കേറ് ആയി. അതു പരത്തിയതു മാത്രമാണ് കയറ്. ആരോഹണം എന്ന അർത്ഥത്തിൽ *ഏറ്* ധാതുവിന്റെ ഉപയോഗം ഇന്ന് സാർവ്വത്രികമല്ല. അതേസമയം ആധുനികകാവ്യഭാഷയിലെങ്കിലും ആരോഹണസൂചകമായി ഏറ് ധാതുവിന്റെ ഉപയോഗം നിലനിൽക്കുന്നുണ്ടെന്ന വസ്തുത കാണാതിരുന്നുകൂടാ.

ഏറ്റവുമിറക്കവു-
മറ്റൊരെൻ സ്നേഹത്തിന്റെ
ആർദ്രമാം തീരത്തു ഞാ-
നഭയം കണ്ടെത്തുമ്പോൾ
(മഴ- ഒ. എൻ. വി. കുറുപ്പ്)

കരയിലുഴന്നു തിരിഞ്ഞേ നിൽക്കും
കരികൾ മഹാബലർ കൂട്ടമൊടെന്നെ
വരിഞ്ഞു വലിച്ചു കരേറ്റാൻ നോക്കു-
ന്നളവിലും- ഓർത്തീലല്ലോ നിന്നെ
(ഗജേന്ദ്രമോക്ഷം- സുഗതകുമാരി)

അംബികാസുതൻ മാങ്ങാടിന്റെ *എൻമകജെയിൽ* ഉയർച്ച എന്ന അർത്ഥത്തിൽ ഏർച്ച എന്ന പ്രയോഗം കാണുന്നുണ്ട്. കാസർഗോഡ് ഭാഷാഭേദത്തിൽ ഇതിനിപ്പോഴും പ്രസക്തിയുണ്ടെന്നാണ് മനസ്സിലാക്കാൻ കഴിയുന്നത്. ഏറ്റുമാടം, ഏറ്റക്കുറച്ചിൽ തുടങ്ങിയവ മാനകമലയാളത്തിൽ ഇപ്പോഴും നിലനിൽക്കുന്നുമുണ്ട്.

കേറ് രൂപപ്പെട്ടത് കരയ്ക്കേറ് പോലുള്ള വാമൊഴിരൂപങ്ങളിൽനിന്നല്ലേ എന്ന സംശയം എൽ. വി. ആറിനുണ്ട്. കര, കേറ് എന്നിവയുടെ

സംയോജനത്തിലൂടെയാവണം ഇത്തരം രൂപങ്ങളുണ്ടായത്. കരയ്ക്കേറ് എന്നത് കരയുടെ ഉദ്ദേശികയോട് ഏർ ചേർന്നുണ്ടായതാണ്. കയറുക എന്ന അർത്ഥത്തിലുള്ള കയറ് എന്ന ക്രിയാരൂപവും ചകിരി ഉൽപന്നമായ കയറ് എന്ന നാമവും ഇതിൽ ചില സ്വാധീനങ്ങൾ ചെലുത്തിയിട്ടുണ്ടാവാമെന്നും അദ്ദേഹം സംശയിക്കുന്നുണ്ട്.

6.14. വല്ലാത്ത

വല്ലവൻ, വല്ലവൾ, വല്ലത് തുടങ്ങിയ രൂപീകരണങ്ങൾ ആധുനികമലയാളത്തിൽ സാമാന്യമാണെങ്കിലും കൈകാര്യം ചെയ്യാനാവാത്തത്, വഴങ്ങാത്തത് എന്നീ അർത്ഥങ്ങളോടു കൂടിയ *വല്ലാത്ത* എന്ന ഒരൊറ്റ രൂപം മാത്രമേ ആധുനികവാമൊഴിഭേദങ്ങളിൽ കാണുന്നുള്ളൂ. ഇതിന്റെ വ്യതിയാനങ്ങളായ വല്ലാതായി, വല്ലാണ്ടായി പോലുള്ള പ്രയോഗങ്ങളും നിലനിൽക്കുന്നുണ്ട്.

6.15. പൂളി

പൂണ്ട് എന്ന് വടക്കൻമലബാറിലും പൂളി എന്ന് തെക്കൻമലബാറിലും പറഞ്ഞുവരുന്ന ഭൂതക്രിയാരൂപത്തിന് ചെറിയ കഷ്ണങ്ങളായി മുറിക്കുക എന്ന അർത്ഥമാണുള്ളത്. *തേങ്ങാപ്പൂള്* എന്ന പ്രയോഗം തന്നെ പ്രാദേശികവാമൊഴിഭേദങ്ങളിലുണ്ട്.

6.16. എണീക്ക്

എഴുനിൽക്ക എന്നത് വളരെ പഴക്കമുള്ള ഒരു സംയുക്തപദമാണ്. ഈ രൂപം എഴുനിന്ന്, എഴുന്നേറ്റ്, എഴുന്നേൽക്ക് എന്നിങ്ങനെ പടിപടിയായ പരിണാമങ്ങൾക്ക് വിധേയമായിട്ടുണ്ട്. വാമൊഴിഭേദങ്ങളിൽ ഈ രൂപം എണീക്ക് എന്ന മാറ്റത്തിനും വിധേയമായിട്ടുണ്ട്.

6.17. ആയ്ക-ആക

കാണരുതായ്കയാൽ, അല്ലയായ്കിൽ എന്നിങ്ങനെ ആയ്കയാൽ,ആയ്കിൽ എന്നിവ ചേർന്ന പാക്ഷികവിനയെച്ചരൂപങ്ങളെ എൽ. വി. ആർ. അവതരിപ്പിക്കുന്നുണ്ട്. *കാണാൻ നല്ലതല്ലാത്തത്* എന്ന അർത്ഥത്തിൽ ചില പ്രാദേശികവാമൊഴിഭേദങ്ങളിൽ പ്രയോഗത്തിലുള്ള *കാണാൻ ആക* എന്ന രൂപത്തിന്റെ നിഷ്പത്തി സംഭവിച്ചത് ഇത്തരം പാക്ഷികവിനയെച്ചങ്ങളിൽ നിന്നായിരിക്കണം. പറയായ്കിൽ എന്നതിന് രൂപഭേദം വന്ന് പറയാഞ്ഞാൽ എന്ന രൂപവും വാമൊഴിഭേദങ്ങളിലുണ്ട്. *അറിയായ്ക കൊണ്ടല്ല* എന്ന മട്ടിൽ ആയ്ക ചേർന്ന ക്രിയാനാമങ്ങളിൽനിന്നായിരിക്കണം *അറിയാത്തോണ്ടല്ല* എന്ന വാമൊഴിപ്രയോഗം നിഷ്പന്നമായത്.

6.18.ചെയ്യാത

ചെയ്യാതയുടെ രൂപഭേദങ്ങളായ ചെയ്യായ്ക (ക്രിയാനാമം), ചെയ്യാഞ്ഞു (ഭൂതകാല പൂർണക്രിയാരൂപം), ചെയ്യാഞ്ഞ്(അപൂർണ ക്രിയ), ചെയ്യാഞ്ഞാൽ(പാക്ഷികവിനയെച്ചം), ചെയ്യാഞ്ഞ(പേരെച്ചം) എന്നിവ വാമൊഴിഭേദങ്ങളിൽ നിലനിൽക്കുന്നുണ്ട്. *ചെയ്യാണ്ട്* എന്ന വാമൊഴിരൂപത്തിന്റെ ഉദ്ഭവം *ചെയ്യാതേ കൊണ്ടു* എന്നതിൽനിന്നാണ്. *ചെയ്യവേണ്ടാ ചുരുങ്ങി ചെയ്യേണ്ടാ* എന്നായ രൂപങ്ങളും സാമാന്യമായി കാണുന്നുണ്ട്. തിരുവിതാംകൂറിലെ വാമൊഴിഭേദങ്ങളിൽനിന്ന് കഴിവില്ലായ്മയെ സൂചിപ്പിക്കാൻ *ചെയ്യാൻ മേലാ* പോലുള്ള പ്രയോഗങ്ങളെയും എൽ. വി. ആർ. വേർതിരിക്കുന്നുണ്ട്.

6.19. ഓ യുടെ വ്യത്യസ്ത പ്രയോഗങ്ങൾ

ചോദ്യരൂപത്തിൽ

ഉദാ- വന്നുവോ?, അല്ലയോ?

പ്രത്യേക ഊണം പ്രയോഗിക്കുമ്പോൾ നിഷേധാർത്ഥം ലഭിക്കുന്ന രൂപങ്ങൾ

ഉദാ- ഞാനാണോ വന്നത്.

വക്താവിന്റെ ഭാഗത്തുനിന്നുള്ള ഉറപ്പിനെ സൂചിപ്പിക്കാൻ

ഉദാ- പോയല്ലോ, അല്ലല്ലോ.

വന്നില്ലല്ലോ എന്നതിന് അവൻ തീർച്ചയായും വരില്ല എന്ന അർത്ഥം കൂടിയുണ്ട്.

ഊണോ അയാൾക്കില്ല എന്നതിലെ *ഓ* സവിശേഷമായ വ്യതിരിക്തത പുലർത്തുന്നുണ്ട്.

നാരായണോ, ശങ്കരോ തുടങ്ങിയ സംബോധനകളിൽ

അയ്യോ, അമ്മോ തുടങ്ങിയ വ്യാക്ഷേപകങ്ങളിൽ

വന്നുകൊള്ളൂ എന്ന അർത്ഥത്തിൽ വന്നോ എന്ന പ്രയോഗം.

കിഴക്കൻമലയാളത്തിൽ ശരി എന്ന അർത്ഥത്തിൽ.

6.20. ആ യുടെ പ്രയോഗങ്ങൾ

സംശയസൂചകമായ ചോദ്യങ്ങളിൽ

ഉദാ- അമ്മയാ?, വീട്ടിലേയ്ക്കാ?, ഇപ്പൊ വന്നതാ?.

ചുട്ടെഴുത്തെന്ന നിലയിൽ

ഉദാ- അവൻ ആ ഓടുന്നു. (ആ അവൻ ഓടുന്നു എന്നർത്ഥം).

6.21. ചമ്പൂമലയാളം

ചമ്പുക്കളിൽ മലയാളത്തിലുള്ള ഗദ്യഭാഗങ്ങൾ സാമൂഹികവാമൊഴിഭേദങ്ങളുടെ കലവറ തന്നെയാണെന്നാണ് എൽ. വി. ആറിന്റെ നിഗമനം. തെണ്ണിപ്പ(വിഷമിച്ച), പലിക്ക(ഫലിക്കുക), പാക്യം(ഭാഗ്യം) മുതലായ സംസ്കൃത തത്ഭവങ്ങളെയും വിഴുങ്ങി എന്ന അർത്ഥത്തിൽ മലപ്പുറം ജില്ലയിലെ മാപ്പിളമലയാളത്തിൽ വളരെ സാധാരണമായ മുണുങ്ങി എന്ന പ്രയോഗത്തെയും അദ്ദേഹം വേർതിരിക്കുന്നുണ്ട്.

മയ പെയ്ത പൊയ വെള്ളം

കരകവിഞ്ഞൊയുകുമ്പം

പൊയവക്കത്തിരുന്നു ഞാൻ പയം പുയുങ്ങി

പിന്നെ പയം മുണുങ്ങി

തുടങ്ങിയ വരികൾ മലപ്പുറം ജില്ല പശ്ചാത്തലമായ സിനിമയിൽ പോലും വന്നിട്ടുണ്ട്.

6.22. മറ്റുചില വാമൊഴിരൂപങ്ങൾ

എന്തുവേണ്ടു, എന്തുള്ളു എന്നിങ്ങനെ സംശയം ഉള്ളടങ്ങുന്ന *ഊ* ചേർന്ന രൂപങ്ങളെയും ആരാനും, എങ്ങാനും, ആരേലും എന്നിങ്ങനെ ആനും, ഏലും എന്നിവ ചേർന്ന രൂപങ്ങളെയും അവിടെക്കിട, ഇരിയെടോ എന്നിങ്ങനെ *ക്ക്* ലോപിച്ച രൂപങ്ങളെയും പറഞ്ഞു, കാണട്ടെ എന്നിവ ചേർന്ന പറഞ്ഞാട്ടേ പോലുള്ള രൂപങ്ങളെയും *നിങ്ങൾ പോയാലും നന്ന്* എന്ന മട്ടിൽ ഈണവ്യത്യാസത്തിലൂടെ നിഷേധാർത്ഥം ദ്യോതിപ്പിക്കുന്ന ആലും ചേർന്ന രൂപങ്ങളെയുമെല്ലാം എൽ. വി. ആർ. വേർതിരിച്ചു പറയുന്നുണ്ട്.

ആദ്യകാലത്തുണ്ടായ എഴുത്തുപാഠങ്ങളിൽനിന്ന് ശേഖരിക്കപ്പെട്ട ദത്തങ്ങളെ (ട്രാവൻകൂർ ആർക്കിയോളജിക്കൽ സീരീസിൽനിന്ന്) അടിസ്ഥാനമാക്കി എൽ. വി. ആർ. വേർതിരിച്ചെടുത്ത പ്രാദേശിക വാമൊഴിഭേദങ്ങളുടെയും മലയാളത്തിന്റെ രൂപിമപരിണാമം അന്വേഷിച്ചപ്പോൾ തെളിഞ്ഞുവന്ന വാമൊഴിപ്രകടനങ്ങളുടെയും ചരിത്രവും വർത്തമാനവും വിശകലനം ചെയ്തപ്പോൾ മലയാളഭാഷയുടെ വികാസത്തിന്റെ തനതുസ്വഭാവങ്ങൾ എല്ലാ സാമൂഹിക-പ്രാദേശിക ഭേദങ്ങളിലും ഒരുപോലെയായിരുന്നില്ല എന്നാണ് മനസ്സിലാക്കാൻ കഴിഞ്ഞത്. ദത്തശേഖരണത്തിനായി ആവേദകരെ ഉപയോഗിച്ചില്ലെങ്കിലും അദ്ദേഹം സൂക്ഷ്മപഠനത്തിനുപയോഗിച്ച ദത്തങ്ങളിൽ നല്ലൊരു പങ്ക് മലയാളദേശത്തെ പ്രാദേശികവാമൊഴിഭേദങ്ങളോട് അത്രമേൽ അടുത്തുനിൽക്കുന്നവ ആയിരുന്നു.

7. മലയാളഭാഷയുടെ പഴക്കവും എൽ. വി. ആറിന്റെ ഭാഷാചരിത്രവാദവും

ക്ലാസിക്കൽപദവിയുടെ പശ്ചാത്തലത്തിലും അല്ലാതെയും മലയാള ഭാഷയുടെ പഴക്കം സംബന്ധിച്ച് നിരവധി വാദങ്ങൾ ഉയർന്നുവന്നിട്ടുണ്ട്. മലയാളഭാഷോൽപ്പത്തിസംബന്ധിയായ സിദ്ധാന്തങ്ങളിൽ കാൽഡ്വലിന്റെ ഉപശാഖാവാദത്തോട് യോജിക്കുന്ന എൽ. വി. രാമസ്വാമിഅയ്യർ മലയാളത്തിന്റെ ഉൽപ്പത്തി സംഭവിച്ചത് തമിഴിൽനിന്നാണെന്നും അതിൽത്തന്നെ, ഇടത്തമിഴിന്റെ ആദ്യഘട്ടം (Early Middle Tamil) എന്ന് ഇന്നുവിളിക്കുന്ന സവിശേഷഘട്ടത്തിൽനിന്ന് പരിണമിച്ചുണ്ടായതാണ് മലയാളമെന്നും *ദ എവല്യൂഷൻ ഓഫ് മലയാളം മോർഫോളജി*യിൽ (1936) തെളിവുകളുടെ അടിസ്ഥാനത്തിൽ സ്ഥാപിക്കുന്നുണ്ട്. ഈ പഠനഗ്രന്ഥത്തിൽ തമിഴിന്റെയും മലയാളത്തിന്റെയും ചാർച്ചാബന്ധം അടയാളപ്പെടുത്തിയപ്പോൾ തെളിഞ്ഞുവന്നതെങ്കിലും വേണ്ടത്ര പരിചരിക്കാതെ പോയ ചില നിരീക്ഷണങ്ങളെ വിശകലനം ചെയ്യുകയും മലയാളഭാഷയുടെ പഴക്കം സംബന്ധിച്ച എൽ. വി. ആറിന്റെ നിഗമനങ്ങളെ വിമർശനാത്മകമായി അപഗ്രഥിക്കുകയുമാണ് ഇവിടെ.

7.1. ചാർച്ച

സ്വനപരവും വ്യാകരണപരവുമായ വ്യവസ്ഥകളിൽ കൃത്യമായ സാദൃശ്യം കാണിക്കുകയും ഒരു മൂലഭാഷയുടെ സവിശേഷതകൾക്ക് രണ്ടു ഭാഷകളിലും സമാന്തരതയുണ്ടായിരിക്കുകയും വ്യാകരണപരമായി സമാനതകളുള്ള രൂപങ്ങൾക്ക് പൊതുവായ ഒരു ആരംഭബിന്ദു ഉണ്ടായിരിക്കുകയുമാണെങ്കിൽ അവ തമ്മിൽ ഭാഷാകുടുംബബന്ധമുണ്ടായിരിക്കും.

ഒരു ഭാഷയിലെ പദസഞ്ചയമാണ് മറ്റു ഭാഷകളിൽനിന്ന് കടമെടുക്കാവുന്ന മേഖല. മുമ്പേതോ കാലത്ത് ഏതെങ്കിലും ഒരു വിദേശഭാഷയിൽനിന്ന് കടമെടുത്തവയല്ല എന്ന് ഉറപ്പിച്ചു പറയാവുന്ന ഒറ്റപ്പദം പോലും ഒരു ഭാഷയിൽ ഉണ്ടാവണമെന്നില്ല. അതുകൊണ്ടാണ് സ്വനപരവും വ്യാകരണപരവുമായ വ്യവസ്ഥകളുടെ സാമ്യം ഭാഷകളുടെ കുടുംബബന്ധം നിർണയിക്കുന്നതിനുള്ള അവശ്യമാനദണ്ഡമാകുന്നത്. ഈ രീതിശാസ്ത്രം ഉപയോഗിച്ചു പരിശോധിച്ചാൽ മറ്റേതെങ്കിലും ദ്രാവിഡഭാഷകളേക്കാൾ തമിഴിനോടാണ് മലയാളം കൂടുതൽ അടുത്തിരിക്കുന്നതെന്ന് നിസ്സംശയം പറയാൻ കഴിയുമെന്ന് എൽ. വി. ആർ. സമർത്ഥിക്കുന്നുണ്ട്. വിഭക്തികൾ, ചുട്ടെഴുത്തുകൾ, സർവ്വനാമങ്ങൾ, ക്രിയകൾ, ഗതികൾ, താരതമ്യസൂചകപ്രത്യയങ്ങൾ, കാലപ്രത്യയങ്ങൾ,

പ്രകാരങ്ങൾ, നിയോജകങ്ങൾ, നിഷേധപ്രത്യയങ്ങൾ മുതലായ വ്യാകരണസവിശേഷതകളിലൂന്നിയാണ് അദ്ദേഹം പഠനം നടത്തിയത്.

7.1.1 സ്വനപരമായ ചാർച്ച

സന്ധിസന്ദർഭങ്ങൾ, സന്ധിപരിണാമങ്ങൾ, *ഴ* യുടെയും *റ* യുടെയും സാന്നിധ്യം, *ന*കാരത്തിന്റെ ദന്ത്യ-വർത്സ്യഭേദം, സ്വരങ്ങളുടെ മധ്യത്തിലുള്ള വ്യഞ്ജനങ്ങൾക്ക് സ്ഥിരമായ നാദിത്വം വരുന്നത്, അനുനാസികം ചേർന്ന വ്യഞ്ജനങ്ങളിൽ ദ്വിത്വങ്ങളിലും സ്പർശഘർഷങ്ങളിലും നിത്യമായി നാദിത്വം വരുന്നത്, കകാരത്തിൽനിന്ന് സ്പർശഘർഷമെന്ന നിലയിൽ ചകാരത്തിന്റെ വികാസം, കകാരത്തിന്റെ താലവ്യീകരണം മുതലായ സ്വനപരമായ ഘടകങ്ങൾ മറ്റു ദ്രാവിഡഭാഷകളിൽനിന്ന് തമിഴ്-മലയാളങ്ങളെ വ്യത്യസ്തമാക്കുന്ന പൊതുസവിശേഷതകളാണ്.

7.1.2 രൂപിമപരമായ ചാർച്ച

മാർ ചേർന്ന ബഹുവചനരൂപീകരണങ്ങൾ, ലിംഗ-വചന-വിഭക്തി പ്രത്യയങ്ങൾ, ഗതികൾ, ഇടനിലകൾ, കാരിതപ്രത്യയങ്ങൾ ചേർന്ന ക്രിയാരൂപങ്ങൾ, സകർമ്മകപ്രകൃതികൾ, വർത്തമാന-ഭൂതകാല പ്രത്യയങ്ങൾ, *വാൻ* ചേർന്ന സാധ്യക്രിയകൾ, നിയോജകങ്ങൾ, നിഷേധക്രിയാരൂപങ്ങൾ എന്നിവയുടെ കാര്യത്തിലും തമിഴ്-മലയാളങ്ങൾക്കുള്ള ചാർച്ച എടുത്തുപറയേണ്ടതുണ്ട്.

സ്വനപരമോ രൂപിമപരമോ ആയ മലയാളത്തിന്റെ പ്രത്യേകതകളിൽ ഒറ്റയൊന്നുപോലും തമിഴിനോടുള്ളതിനേക്കാൾ അടുത്ത ബന്ധം മറ്റൊരു ദ്രാവിഡഭാഷയോടും പുലർത്തുന്നില്ല എന്ന വസ്തുതയിലാണ് എൽ. വി. ആർ. ഊന്നുന്നത് എന്നു കാണാം.

7.2. ഖിലരൂപങ്ങൾ

മിക്ക മലയാളരൂപങ്ങളും ഇടത്തമിഴിന്റെ ആദ്യഘട്ടത്തോട് സമാനത പുലർത്തുന്നുണ്ടെന്ന് സ്ഥാപിക്കുമ്പോഴും മലയാളത്തിന് അനന്യമായ ചില സവിശേഷതകളുണ്ടെന്ന് സൂചിപ്പിക്കാൻ എൽ. വി. ആർ. മറന്നിട്ടില്ല. എന്നാൽ ഇത്തരം സവിശേഷതകളിലേയ്ക്ക് അദ്ദേഹം തന്റെ ചിന്താമണ്ഡലം വലുതായി വ്യാപിപ്പിക്കുന്നില്ല. എന്നുമാത്രമല്ല, ഇടത്തമിഴിന്റെ ആദ്യഘട്ടത്തോട് സമാനത പുലർത്താത്ത ഇത്തരം രൂപങ്ങളെ ഖിലങ്ങളായി മാറ്റിനിർത്തുകകൂടി ചെയ്തു അദ്ദേഹം. ഇവ ഇടത്തമിഴിനുമുമ്പുള്ള ഘട്ടത്തിന്റെ പ്രതിനിധികളാണോ അതോ പിൽക്കാലത്ത് പ്രതിഷ്ഠിതമായതാണോ എന്നും അദ്ദേഹം വിശദമായി അന്വേഷിച്ചിട്ടുണ്ടെന്നു തോന്നുന്നില്ല.

7.2.1 മലയാളത്തിൽ മധ്യമപുരുഷ ഏകവചനത്തിലുള്ള വിഭക്തിരൂപമായ *നിൻ* തീർച്ചയായും പടിഞ്ഞാറൻതീരഭാഷണങ്ങളിൽ കാണുന്ന ഖിലരൂപമാണ്.

7.2.2 നിർദ്ദേശികയൊഴികെയുള്ള രൂപങ്ങളിൽ കാണുന്ന *നിങ്ങൾ* എന്നതിന്റെ ഉപയോഗം പടിഞ്ഞാറൻതീരഭാഷണങ്ങളിൽ അനന്യമാണ്.

7.2.3 *ചെയ്യലാം* എന്ന ഇടത്തമിഴ് രൂപത്തിൽനിന്നും വേറിട്ടു നിൽക്കുന്ന *ചെയ്യാം* എന്ന രൂപം.

7.2.4 തമിഴിലെ *മിൻ* എന്നതിൽനിന്നും വേറിട്ടുനിൽക്കുന്ന ചെയ്‌വിൻ, കൊട്ടുപ്പിൻ എന്നിങ്ങനെയുള്ള നിയോജക മധ്യമ ബഹുവചനരൂപങ്ങൾ (ഖിലോപസംഗ്രഹനയത്തിൽ കേരളപാണിനിയും ഇതു സൂചിപ്പിച്ചിട്ടുണ്ട്).

തമിഴിന് East Coast Dialects, West Coast Dialects എന്നിങ്ങനെ രണ്ടുതരം ഭാഷാഭേദങ്ങൾ ഉണ്ടായിരുന്നതിൽ West Coast Dialects ആണ് പിന്നീട് മലയാളമായി പരിണമിച്ചത് എന്നാണ് പൂർവ്വപക്ഷം. ഇടത്തമിഴിൽനിന്നു പകർന്നുകിട്ടിയതല്ലാത്ത പല സവിശേഷതകളും മലനാട്ടുവഴക്കത്തിൽ ആദ്യമേ ഉണ്ടായിരുന്നു എന്നാണ് ഇതിൽനിന്നും ഊഹിക്കാൻ കഴിയുന്നത്.

7.3. അന്ത്യഅകാരത്തോടു കൂടിയ മലയാളനാമങ്ങൾ

തൊൽകാപ്പിയത്തിലെ ചില സൂത്രങ്ങൾ മലയാളത്തിനു മാത്രമേ യോജിക്കുകയുള്ളൂ. തൊൽകാപ്പിയത്തിൽ ഉദാഹരണമായി കൊടുത്തിട്ടുള്ള നാൽപ്പതു ശതമാനം പദങ്ങൾക്ക് ആകരം മലയാളമാണ്7. തൊൽകാപ്പിയം എഴുത്തതികാരത്തിലെ 284-ാം സൂത്രം പ്രകാരം *പനങ്കായ്* എന്ന തമിഴ്സമാസം, *പന* എന്ന രൂപം *പനൈ* എന്നതിനേക്കാൾ പഴയതാണെന്ന അഭിപ്രായത്തിന് തെളിവു നൽകുന്നുണ്ടെന്ന് എൽ. വി. ആർ. നിരീക്ഷിച്ചിട്ടുണ്ട്. മലയാളത്തിലെ ഇല്ല, അവ, ഇവ എന്നിവയ്ക്കു സമാന്തരമായി തമിഴിലുള്ളത് ഇല്ലൈ, അവൈ, ഇവൈ എന്നീ രൂപങ്ങളാണെന്നും അദ്ദേഹം ക്കൂട്ടിച്ചേർക്കുന്നു. പഴന്തമിഴ്പാഠങ്ങളിൽ അന്ത്യഅകാരത്തോടു കൂടിയ ഇത്തരം രൂപങ്ങൾ കാണുന്നുമുണ്ട്. ഇതിൽനിന്നും മലയാളത്തിലെ അന്ത്യഅകാരം പഴന്തമിഴിൽനിന്നും നേരിട്ടുവന്നതാണെന്നും ഇടത്തമിഴിന്റെ ആദ്യഘട്ടത്തിലെ അന്ത്യഐകാരത്തിന്റെ ചുരുങ്ങലല്ല എന്നും മനസ്സിലാക്കാവുന്നതാണ്. കന്നടയിൽ നിലനിൽക്കുന്ന ഇല്ല എന്ന രൂപവും ഈ വാദത്തെ പിന്താങ്ങുന്നുണ്ട്.

പാവ, അണ എന്നിങ്ങനെയുള്ള അന്ത്യഅകാരത്തോടുകൂടിയ രൂപങ്ങളെ മുൻനിർത്തി നടുവട്ടം ഗോപാലകൃഷ്ണൻ മലയാളഭാഷയുടെ വ്യക്തിത്വം രേഖപ്പെടുത്തിയിട്ടുണ്ട്:

ക്രിസ്തുവർഷം രണ്ടാം നൂറ്റാണ്ടിലെഴുതിയതെന്നു നിർണയിക്കപ്പെട്ട ഏതാനും വാക്കുകൾ വടക്കൻപറവൂരിനടുത്തുള്ള പട്ടണം പ്രദേശത്തു നടന്ന ഉൽഖനന പര്യവേക്ഷണത്തിന്റെ ഫലമായി ലഭിച്ച ഒരു ഓട്ടുക്കലക്കഷ്ണ (Pottery Inscription) ത്തിൽ കാണുന്നുണ്ട്. *ഊർ പാവ ഓ..* എന്നാണു ലിഖിതം. *പാവ* എന്ന വാക്ക് മലയാളമാണ്. തമിഴിൽ അതു *പാവൈ* ആണ്. നിലമ്പൂരിലെ നെടുങ്കയത്തുള്ള ഒരു പാറയിൽ കാണുന്ന തമിഴ്-ബ്രാഹ്മി ലിഖിതത്തിൽ *മാവ്കോട് നീര് അണവായ്* എന്നു കാണുന്നുണ്ട്. ഇവിടെ കാണുന്ന *അണ* മലയാളമാണ്. തമിഴിൽ അത് *അണൈ* ആണ്.

നടുവട്ടം ഗോപാലകൃഷ്ണൻ ഉദാഹരിക്കുന്ന *പാവ, അണ* തുടങ്ങിയ രൂപങ്ങളിലെയും അന്ത്യഅകാരം പഴന്തമിഴിൽനിന്ന് നേരിട്ടുവന്നതായിരിക്കണം.

7.4. നകാരത്തിന്റെ ദന്ത്യ-വർത്സ്യഭേദം

മലയാളത്തിലെ പൗരാണികരൂപമെന്നനിലയിൽ ദന്ത്യ*ന*കാരത്തെയും വർത്സ്യ*ന*കാരത്തെയും വ്യത്യസ്ത സ്വനങ്ങളായി വിശദീകരിക്കേണ്ടതുണ്ട്. ഇടത്തമിഴിൽ ഈ സവിശേഷത കാണുന്നില്ലെങ്കിലും പഴന്തമിഴ് വ്യാകരണങ്ങളിൽ *ന*കാരത്തിന്റെ ദന്ത്യ-വർത്സ്യഭേദം വ്യക്തമായി പ്രതിപാദിക്കുന്നുണ്ട്. ഒരുപക്ഷെ, ഇടത്തമിഴിൽനിന്ന് മലയാളം രൂപപ്പെട്ടുവന്നതിനുശേഷം താരതമ്യേന വൈകിയ ഘട്ടത്തിലായിരിക്കാം തമിഴ് വാമൊഴിഭേദങ്ങളുടെ ഉച്ചാരണത്തിൽനിന്ന് ദന്ത്യ*ന*കാരം അപ്രത്യക്ഷമായത് എന്നാണ് എൽ. വി. ആറിന്റെ നിഗമനം.

പഴന്തമിഴ്വ്യാകരണമെന്നു പുകൾകൊണ്ട തൊൽകാപ്പിയത്തിലെ 1306 നൂലുകളിൽ 150 ൽ താഴെ വരുന്നവ മാത്രമേ ആധുനിക മലയാളഭാഷയ്ക്ക് ചേരാത്തവയായിട്ടുള്ളൂ. പല നൂലുകളും ഇന്ന് തമിഴിലില്ലെങ്കിലും മലയാളത്തിൽ നിലനിൽക്കുന്നുണ്ട്. മറ്റു ചിലവ മലയാളത്തിലില്ല, തമിഴിലുണ്ട്. ഇവ രണ്ടിലുമില്ലാത്തവ വായ്മൊഴിത്തമിഴിലുണ്ട്. ഇടത്തമിഴിന്റെ ആദ്യഘട്ടത്തിൽനിന്ന് മലയാളം പരിണമിച്ചുണ്ടായതിനുശേഷം തമിഴ് വാമൊഴിഭേദങ്ങളിൽനിന്ന് ദന്ത്യനകാരം അപ്രത്യക്ഷമായതാവാം എന്ന നിഗമനം കൊടുന്തമിഴ് മലയാളമായി പരിണമിച്ചതിനുശേഷം തമിഴിൽ പുരുഷഭേദപ്രത്യയങ്ങൾ പ്രത്യക്ഷപ്പെട്ടതാവാം എന്ന നിഗമനം പോലെ അശാസ്ത്രീയവും അയുക്തികവുമാണ്. ഉച്ചാരണത്തിൽ

ദന്ത്യനകാരമുള്ളതും പുരുഷഭേദപ്രത്യയങ്ങൾ ഇല്ലാത്തതുമായ വാമൊഴിവഴക്കങ്ങൾ പഴന്തമിഴിൽ ഉണ്ടായിരുന്നുവെന്നും മലയാളം ഒരു നിലവാരഭാഷയായി രൂപപ്പെട്ടതും സ്വാതന്ത്ര്യം പ്രാപിച്ചതും ഇത്തരം വാമൊഴിവഴക്കങ്ങളിൽനിന്നായിരുന്നുവെന്നുമാണ് ഊഹിക്കാൻ കഴിയുന്നത്. വായ്മൊഴിത്തമിഴിൽ അഥവാ കൊടുന്തമിഴിൽ പുരുഷഭേദമില്ലാത്ത ഒരു പാരമ്പര്യവുമുണ്ടെന്നും തമിഴ്നാടൻപാട്ടുകളിൽ പുരുഷഭേദമില്ലാത്ത പ്രയോഗങ്ങൾ ധാരാളമുണ്ടെന്നും ആർ. ഗോപിനാഥൻ നിരീക്ഷിച്ചിട്ടുമുണ്ട് (മലയാളഭാഷ തൊൽകാപ്പിയത്തിൽ, കേരള ഭാഷാ ഇൻസ്റ്റിറ്റ്യൂട്ട്, തിരുവനന്തപുരം, 2013, പു.129). പുരുഷഭേദനിരാസം പഴന്തമിഴിനെയും പ്രാചീനമലയാളഭാഷയെയും തമ്മിൽ വേർതിരിക്കുന്ന ഘടകമാണെന്ന നിരീക്ഷണം ശരിയല്ലെന്നും ആധുനികതമിഴിനെയും ആധുനികമലയാളഭാഷയെയും തമ്മിൽ വേർതിരിക്കുന്ന ഘടകമായി കരുതുന്നതാണ് വസ്തുനിഷ്ഠമെന്നുംകൂടി അദ്ദേഹത്തിന് അഭിപ്രായമുണ്ട്. ചുരുക്കത്തിൽ, നകാരത്തിന്റെ ദന്ത്യ-വർത്സ്യഭേദങ്ങൾ ചരിത്രപരമായി അപഗ്രഥിക്കുമ്പോൾ മലയാളത്തിന് ചാർച്ച ഇടത്തമിഴിനോടല്ല, പഴന്തമിഴിനോടാണെന്നാണ് മനസ്സിലാക്കാൻ കഴിയുന്നത്.

ഇടത്തമിഴിന്റെ സ്വഭാവമായി എൽ. വി. ആർ. പറയുന്നതു പലതും പഴന്തമിഴിലേ ഉണ്ടായിരുന്നു എന്നു സമർത്ഥിക്കാൻ ശ്രമിക്കുന്ന ഉണ്ണിക്കിടാവിന്റെ ലേഖനമാണ് *മധ്യകാലതമിഴും മലയാളവും.* അധികരണാർത്ഥകമായ *-ഇൽ* എന്ന പ്രത്യയവും അപദാനസൂചകമായ *നിന്ന്* എന്ന ഗതിയും ഇടത്തമിഴോളം മാത്രം പഴക്കമുള്ളവയായാണ് എൽ. വി. ആർ. കാണുന്നത്. എന്നാൽ പഴന്തമിഴിൽത്തന്നെ ഇവ ഉണ്ടെന്നതിന് തൊൽകാപ്പിയം സാക്ഷിയാണെന്ന് ഉണ്ണിക്കിടാവ്. ഇടത്തമിഴിന്റെ ലക്ഷണമായി എൽ. വി. ആർ. പറയുന്ന മറ്റൊന്ന് നപുംസകബഹുക്കുറിയായിരുന്ന *-കൾ* മനുഷ്യവാചികളിലും ചേരുന്നതാണ്. ഇതും പഴന്തമിഴിൽ ഉണ്ടായിരുന്നു എന്നാണ് ഉണ്ണിക്കിടാവിന്റെ വാദം. ഉടൈ ധാതു പ്രത്യയസ്ഥാനത്ത് പ്രയുക്തമായിത്തുടങ്ങുന്നത് ഇടത്തമിഴിലാണെന്ന് എൽ. വി. ആർ. പറയുന്നുണ്ടെങ്കിലും പഴന്തമിഴിൽനിന്നുതന്നെ ഉണ്ണിക്കിടാവ് *ഉടൈ* ചേർന്ന രൂപങ്ങൾ എടുത്തുകാട്ടുന്നുണ്ട്. ടി. ബി. വേണുഗോപാലപ്പണിക്കർ ഉണ്ണിക്കിടാവിന്റെ നിരീക്ഷണങ്ങൾ ശരിവെയ്ക്കുകയും മലയാളഭാഷാചരിത്രത്തിന്റെ തുടക്കം എൽ. വി. ആർ. കണ്ടതിനേക്കാൾ അല്പസ്വല്പം പിന്നോട്ടുതള്ളേണ്ടിവന്നു എന്നു വരാമെങ്കിൽത്തന്നെയും പഴന്തമിഴിനേക്കാൾ പഴയ ലക്ഷണങ്ങൾ കാര്യമായിട്ടൊന്നും മലയാളത്തിനില്ലെന്ന് നിരീക്ഷിക്കുകയും ചെയ്തിട്ടുണ്ട് (ഭാഷാലോകം, ഡി.സി.ബുക്സ്, കോട്ടയം,2006,പു.176).

7.5. വർത്സ്യഖരത്തിന്റെ ഇരട്ടിപ്പ്

മലയാളത്തിൽ എഴുത്തുഭാഷയിലും വാമൊഴിഭേദങ്ങളിലും *റ്റ്* എന്ന വർത്സ്യം കാണാം. എന്നാൽ ആധുനികതമിഴ് ഇതിനെ *റ്റ്റ്* എന്നായാണ് ഉച്ചരിക്കുന്നത്. തമിഴിൽനിന്ന് കന്നടവും തെലുങ്കും എത്രത്തോളം വേറിട്ടുനിൽക്കുന്നുവോ അത്രത്തോളംതന്നെ ഭാഷാ ശാസ്ത്രപരമായി മലയാളവും വേറിട്ടുനിൽക്കുന്നു എന്ന വാദത്തിനുള്ള തെളിവായി സ്വതന്ത്രവാദികൾ ഇതിനെ ഉപയോഗിക്കാറുണ്ട്. എന്നാൽ ജാഫ്നത്തമിഴിൽ *റ്റ്* എന്ന ഉച്ചാരണം കൃത്യമായി കാണുന്നുണ്ടെന്ന് എൽ. വി. ആർ. രേഖപ്പെടുത്തിയിട്ടുണ്ട്. *റ്റ്* മലയാളത്തിന്റെ സ്വതന്ത്രാസ്തിത്വമാണെന്ന വാദത്തിന് സാധുതയില്ലെങ്കിലും ഇടത്തമിഴിൽനിന്ന് വ്യതിരിക്തമായി മലയാളം സൂക്ഷിക്കുന്ന പ്രത്യേകതയായി ഇതിനെയും അടയാളപ്പെടുത്താവുന്നതാണ്.

7.6. പുരുഷഭേദപ്രത്യയങ്ങൾ

പുരുഷഭേദനിരാസമാണോ അഭാവമാണോ മലയാളത്തിൽ സംഭവിച്ചത് എന്ന കാര്യത്തിൽ പണ്ഡിതന്മാർ വിഭിന്നാഭിപ്രായക്കാരാണ്. ഈ വിഷയത്തിൽ എൽ. വി. ആറിന്റെ നിലപാട് ഇങ്ങനെ കുറിയ്ക്കാം:

പുരുഷഭേദപ്രത്യയങ്ങൾ മലയാളവാമൊഴിഭേദങ്ങളിൽ ഒരിക്കലും നിലനിന്നിരുന്നില്ല എന്നുറപ്പാണ്. പഴയ പാഠങ്ങളിലും രേഖകളിലും ഈ പ്രത്യയങ്ങൾ കാണുന്നുണ്ടെങ്കിൽ അത് തമിഴിന്റെ സ്വാധീനം കാരണമാണ്. മലയാളത്തിന്റെ ആദ്യകാലചരിത്രത്തിലാവട്ടെ ഈ സ്വാധീനം പ്രബലവുമായിരുന്നു. പുരുഷഭേദപ്രത്യയങ്ങളുള്ള മറ്റു ദ്രാവിഡഭാഷകൾക്ക് മുമ്പേയുള്ള ഘട്ടത്തെയാണ് പുരുഷഭേദപ്രത്യയങ്ങളില്ലാത്ത മലയാളക്രിയാരൂപങ്ങൾ പ്രതിനിധാനം ചെയ്യുന്നതെന്നാണ് ഇതിൽനിന്നും ഊഹിക്കാൻ കഴിയുന്നത്.

പുരുഷഭേദപ്രത്യയങ്ങളുടെ കാര്യത്തിൽ മലയാളം ഇടത്തമിഴിനെയോ പഴന്തമിഴിനെയോ വ്യാകരണാടിസ്ഥാനത്തിൽ പിൻപറ്റുന്നില്ലെങ്കിലും സ്വാധീനം പ്രകടമാണ്. കുറഞ്ഞപക്ഷം പദ്യഭാഷയിലെങ്കിലും ഈ സ്വാധീനം ഇന്നും കാണുന്നുമുണ്ട്. ഈ വഴിയ്ക്കുള്ള വിശദമായ അന്വേഷണത്തിനു മുതിരാതെ മൂലദ്രാവിഡഭാഷയിൽനിന്നും നേരിട്ട് പുരുഷപ്രത്യയങ്ങളുടെ അഭാവം മലയാളം സ്വായത്തമാക്കി എന്നതിനും അതുവഴി കൂടുതൽ പഴയ ഒരു ഘട്ടത്തെയാണ് മലയാളം പ്രതിനിധീകരിക്കുന്നത് എന്നു വാദിക്കുന്നതിനും മതിയായ തെളിവുകളില്ല എന്ന നിലപാടിലെത്തുകയാണ് എൽ. വി. ആർ. ചെയ്യുത്. ഇടത്തമിഴിന്റെ ആദ്യഘട്ടം എന്ന് ഇന്നുവിളിക്കുന്ന സവിശേഷഘട്ടത്തിൽനിന്നു പരിണമിച്ചുണ്ടായതാണ്

മലയാളം എന്ന തന്റെ സിദ്ധാന്തത്തിന് നേരിട്ടോ അല്ലാതെയോ തെളിവാകുന്ന ഭാഷാശാസ്ത്രവസ്തുതകൾ മാത്രമാണ് തമിഴ്- മലയാളങ്ങളുടെ ചാർച്ചാബന്ധത്തിൽ അദ്ദേഹം വിശ്വാസത്തിലെടുത്തത് എന്നാണ് ഇതിൽനിന്നും ഊഹിക്കാൻ കഴിയുന്നത്.

മലയാളത്തിന് ഇടത്തമിഴിന്റെ ആദ്യഘട്ടത്തോടാണ് നിഷ്പത്തിയിൽ കൂടുതൽ അടുപ്പമുള്ളത് എന്നതിനു കിട്ടിയ തെളിവുകൾ വളരെ അടിസ്ഥാനപരമായതും എണ്ണത്തിൽ കൂടിയതുമായതിനാൽ അവയെ നിരാകരിച്ച് മറ്റൊരു ചാർച്ച ശാസ്ത്രീയമായി സ്ഥാപിക്കാൻ പടിഞ്ഞാറൻതീരഭാഷയിലെ ചില ഖിലരൂപങ്ങളെ മാത്രം മുൻനിർത്തിയ ഇത്ര കുറച്ച് തെളിവുകൾ മതിയാകില്ല എന്നു പറഞ്ഞൊഴിഞ്ഞ എൽ. വി. ആർ. മലയാളവും തമിഴും തമ്മിലുള്ള താരതമ്യപഠനത്തിനുവേണ്ടി രൂപങ്ങൾ ശേഖരിച്ച പല എഴുത്തുപാഠങ്ങളും തമിഴിന്റെ അതിപ്രസരം മൂലം ശുദ്ധമലയാളപാഠങ്ങൾ കാണിക്കുന്നവയല്ല എന്ന തരത്തിൽ നിരീക്ഷണങ്ങൾ ഉണ്ടായിട്ടുണ്ട്. മാത്രമല്ല *ദ എവല്യൂഷൻ ഓഫ് മലയാളം മോർഫോളജി* എഴുതുന്ന കാലത്ത് പുളിമാങ്കൊമ്പ് വീരക്കൽലിഖിതം, പട്ടണം ലിഖിതം, നിലമ്പൂർ നെടുങ്കയം തമിഴ് ബ്രാഹ്മിലിഖിതം തുടങ്ങിയവ കണ്ടുപിടിക്കുകയോ വായിക്കുകയോ ചെയ്തിരുന്നില്ലെന്നും ക്രിസ്തുവർഷം രണ്ട് മുതൽ അഞ്ചുവരെ നൂറ്റാണ്ടുകളിലായി രേഖപ്പെടുത്തിയ എടക്കൽ ഗുഹാലിഖിതങ്ങളിൽ ചിലതൊക്കെ വായിക്കപ്പെട്ടിരുന്നെങ്കിലും എൽ. വി. ആറിന്റെ ശ്രദ്ധയിൽ പെട്ടിരുന്നില്ലെന്നുമുള്ള ശ്രദ്ധേയമായ നിരീക്ഷണം നടുവട്ടം ഗോപാലകൃഷ്ണൻ നടത്തിയിട്ടുണ്ട്. ഇവയൊക്കെ വായിക്കപ്പെട്ടിരുന്നെങ്കിലും മറ്റൊരു ചാർച്ച ശാസ്ത്രീയമായി സ്ഥാപിക്കാനുള്ള തെളിവുകൾ എൽ. വി. ആറിനു കിട്ടുമായിരുന്നോ എന്നത് ചിന്തിക്കേണ്ട വിഷയമാണ്.

മലയാളഭാഷയും തമിഴും പഴന്തമിഴിലെ രണ്ടു ദേശ്യഭേദങ്ങളുടെ പിൻതുടർച്ചകളാണ്. പഴന്തമിഴിന്റെ പല പ്രധാനപ്പെട്ട സ്വഭാവങ്ങളും മലയാളത്തിനും മറ്റു ചിലവ ഇടത്തമിഴിനും ലഭിച്ചിട്ടുണ്ട് എന്നാണ് എൽ. വി. ആറിന്റെ പാർശ്വികവീക്ഷണങ്ങളിൽനിന്ന് മനസ്സിലാക്കാൻ കഴിയുന്നത്. ഇന്നത്തെ കേരളഭാഷയെ സൂചിപ്പിക്കാൻ ഒരുകാലത്ത് ഉപയോഗിച്ചിരുന്ന സാങ്കേതികസംജ്ഞ *തമിഴ്* എന്നായിരുന്നു. *തമിഴായിക്കൊണ്ടറിയിക്കുന്നേൻ* എന്നതിന്റെ പശ്ചാത്തലം ഇതാണ്. പഴന്തമിഴിന്റെ രണ്ട് ദേശ്യഭേദങ്ങൾ ഒരു പ്രത്യേക ഘട്ടത്തിൽ രണ്ട് കൈവഴികളായി ഒഴുകിത്തുടങ്ങി. ഇതിൽ ഒരു കൈവഴിയ്ക്ക് മറ്റേ കൈവഴിയേക്കാൾ പഴക്കമുണ്ടെന്ന വാദം അശാസ്ത്രീയമാണ്. രണ്ട് കൈവഴികൾക്കും പൊതുവായ ഒരു ആരംഭബിന്ദു ഉണ്ട് എന്നേ

പറയാൻ കഴിയൂ. അതാണ് പഴന്തമിഴ് പാട്ടുകളായ സംഘംകൃതികൾ. പഴന്തമിഴ് പാട്ടുകൾ ഇന്നത്തെ തമിഴർക്കെന്നപോലെ കേരളീയർക്കും അവകാശപ്പെട്ട തറവാട്ടുമുതലാണ്. ആ കൃതികളിലെ ഭാഷയും സംസ്കാരവും കേരളീയർക്കെത്ര അന്യമാണോ മിക്കവാറും അത്രതന്നെ ഇന്നത്തെ തമിഴർക്കും അവ അന്യമാണ്. അവയുടെ അടിസ്ഥാനത്തിൽ തമിഴിനുകിട്ടുന്ന എന്തു പദവിയ്ക്കും മലയാളവും അർഹമാണ്. എന്തെല്ലാം കുറവുകളുണ്ടെങ്കിലും എൽ. വി. ആറിന്റെ കൃതികൾ മലയാളഭാഷയ്ക്ക് തമിഴുമായുള്ള ബന്ധത്തെ വ്യാകരണപരമായി പരിശോധിക്കുകയും പഴന്തമിഴും ഇടത്തമിഴും തമ്മിലുള്ള വ്യത്യാസം വിശകലനം ചെയ്യുകയും ചെയ്തു എന്നത് വളരെ പ്രധാനമാണ്.

8. ഗുണ്ടർട്ടിന്റെ സ്വാധീനം എൽ. വി. ആറിൽ

സാഹിത്യകൃതികളിൽനിന്നും ശിലാലിഖിതങ്ങളിൽനിന്നും ദത്തങ്ങൾ ശേഖരിക്കുകയും അവയുടെ വെളിച്ചത്തിൽ ഭാഷാപരിണാമം അപഗ്രഥിക്കുകയും ചെയ്യുന്ന രീതിശാസ്ത്രമാണ് എൽ. വി. ആർ. പിൻപറ്റിയത്. ഈ മേഖലയിലെ ആദ്യപഥികൻ ഗുണ്ടർട്ടാണെന്നും അദ്ദേഹത്തിന്റെ മലയാളഭാഷാവ്യാകരണ (1868ൽ പ്രസിദ്ധീകരിച്ചത്) ത്തിൽ ഈ രീതിശാസ്ത്രം പ്രയോഗിച്ചിട്ടുണ്ടെന്നും തന്റെ രൂപിമപരിണാമ പഠനത്തിന്റെ മുഖവുരയിൽ എൽ. വി. ആർ. സാക്ഷ്യപ്പെടുത്തുന്നുണ്ട്. എ. ആറിന്റെ കേരളപാണിനീയം നിലനിൽക്കെ എൽ. വി. ആർ. ഗുണ്ടർട്ടിനെ പിൻതുടർന്നു എന്നത് ചെറിയ കാര്യമല്ല. ഗുണ്ടർട്ടിന്റെ കാലത്ത് ഉണ്ണുനീലിസന്ദേശം, ലീലാതിലകം, നിരണംകൃതികൾ, ചമ്പുക്കൾ മുതലായ പല കൃതികളും ചില ശിലാലിഖിതങ്ങളും ലഭ്യമല്ലാതിരുന്നതിനാൽ അപര്യാപ്തവും അപൂർണ്ണവുമായ തെളിവുകളെ അദ്ദേഹത്തിന് ആശ്രയിക്കേണ്ടിവന്നതായും എൽ. വി. ആർ. പറയുന്നുണ്ട്. ഈ കുറവ് നികത്താനുള്ള ശ്രമം എൽ. വി. ആർ. തന്റെ പഠനത്തിൽ നടത്തുന്നുണ്ട്. എഴുത്തുപാഠങ്ങളെ അടിസ്ഥാനമാക്കി മലയാളഭാഷയുടെ ഉൽപ്പത്തിയും വികാസവും പരിണാമവും അടയാളപ്പെടുത്താൻ ഗുണ്ടർട്ടിന്റെ മലയാളഭാഷാവ്യാകരണം എൽ. വി. ആറിനെ എത്രമാത്രം സ്വാധീനിച്ചു എന്ന് വിശകലനം ചെയ്യുകയാണിവിടെ.

8.1. മലയാളരൂപിമപരിണാമപഠനവും മലയാളഭാഷാവ്യാകരണവും

എൽ. വി. ആർ. തന്റെ മലയാളരൂപിമപരിണാമപഠനത്തിൽ രൂപിമങ്ങളെ ചരിത്രപരമായി അപഗ്രഥിക്കുകയും വർത്തമാനത്തിലെ സാധുത അന്വേഷിക്കുകയും ചെയ്യുന്നുണ്ട്. ആശ്രിതരൂപിമങ്ങളാണ് ഭാഷയുടെ

തനതുസമ്പത്ത് എന്ന ആധുനികഭാഷാശാസ്ത്രവീക്ഷണം എൽ. വി. ആർ. പുലർത്തിയിരുന്നു എന്നതിനു തെളിവാണ് അദ്ദേഹത്തിന്റെ രൂപിമപരിണാമപഠനം. മലയാളഭാഷാവ്യാകരണത്തിൽ ഗുണ്ടർട്ടും ആശ്രിതരൂപിമങ്ങളുടെ അപഗ്രഥനത്തിനുതന്നെയാണ് മുൻതൂക്കം നൽകിയത്. സ്വതന്ത്രരൂപിമങ്ങളെ വേറെത്തന്നെ (നിഘണ്ടുവിൽ) വിശകലനം ചെയ്യാൻ അദ്ദേഹം ശ്രദ്ധിച്ചു. ഭാഷയുടെ ചരിത്രനിർമ്മിതിയിൽ സ്വതന്ത്രരൂപിമങ്ങളെ അവലംബിക്കാൻ കഴിയില്ലെന്നും അവ സംക്രമണശേഷിയുള്ളവയാണെന്നും എൽ. വി. ആർ. ഉൾക്കൊണ്ടത് ഒരുപക്ഷെ, ഗുണ്ടർട്ടിൽനിന്നാവണം.

അഞ്ചടി, അധ്യാത്മരാമായണം, ഉത്തരരാമായണം, ഉമേശാനവൃത്തം, ഏകാദശിമഹാത്മ്യം, കണക്കുസാരം, കാർത്തവീര്യാർജ്ജുനകഥ, കുമാരഹരണകഥ, കൃഷ്ണഗാഥ, കേരളോൽപ്പത്തി, കേരളവർമ്മരാമായണം, കൈവല്യനവനീതം, ചതുർദ്ദശവൃത്തം, ചിന്താമണിരത്നം, ജ്ഞാനപ്പാന, ഠിപ്പകഥ, പാതാളരാമായണം, പയ്യന്നൂർപ്പാട്ട്, ബ്രഹ്മാണ്ഡപുരാണം, മത്സ്യപുരാണം, രാമചരിതം, മുദ്രാരാക്ഷസം, വില്വപുരാണം, വൈരാഗ്യചന്ദ്രോദയം, ശബരിവാക്യം, ശിലാതാമ്രശാസനങ്ങൾ, ഹരിനാമകീർത്തനം തുടങ്ങി പ്രശസ്തവും അപ്രശസ്തവുമായ നിരവധി എഴുത്തുപാഠങ്ങളിൽനിന്ന് രൂപങ്ങൾ ശേഖരിച്ചാണ് ഗുണ്ടർട്ട് മലയാളഭാഷയ്ക്കൊരു വ്യാകരണം ചമച്ചത്. മലയാളഭാഷാ-വ്യാകരണപഠനരംഗത്ത് അന്നോളം നിലനിന്നിരുന്ന മുഴുവൻ രീതിശാസ്ത്രങ്ങളെയും നിഷ്പ്രഭമാക്കിക്കൊണ്ട് ഗുണ്ടർട്ട് ഒരു പുതുവഴി വെട്ടുകയായിരുന്നു. ഗുണ്ടർട്ട് തയ്യാറാക്കിയ ചരിത്രാത്മകവ്യാകരണത്തിന് മലയാളഭാഷാചരിത്രനിർമ്മിതിയിലുള്ള പ്രാധാന്യം മനസ്സിലാക്കിയ എൽ. വി. ആർ. അദ്ദേഹത്തെ പിന്തുടരാൻ മടിച്ചില്ല. ഉണ്ണുനീലിസന്ദേശം, ലീലാതിലകം, നിരണംകൃതികൾ, രാമചരിതം, രാമകഥാപ്പാട്ട്, കൃഷ്ണഗാഥ, രാമായണം ചമ്പു, ഭാഗവതം ഭാഷാഗദ്യം, എഴുത്തച്ഛന്റെ കിളിപ്പാട്ടുകൾ, പൂന്താനം കൃതികൾ മുതലായ പ്രസിദ്ധകൃതികളോടൊപ്പം വിഷ്ണുഗീത ഹംസപ്പാട്ട്, കല്ലേങ്കുളങ്ങര വാര്യരുടെ വേതാളചരിതം, രുഗ്മാംഗദചരിതം ഗാഥ, മോക്ഷദായകം, ചാണക്യസൂത്രം, പാർവ്വതീപാണിഗ്രഹണം തുടങ്ങി അത്രയൊന്നും പ്രശസ്തമല്ലാത്ത സാഹിത്യകൃതികളും ട്രാവൻകൂർ ആർക്കിയോളജിക്കൽ സീരീസിന്റെ വിവിധ ഭാഗങ്ങളും എൽ. വി. ആർ. ദത്തശേഖരണത്തിനുപയോഗിച്ചിട്ടുണ്ട്. സാഹിത്യകൃതികളിലെ ഭാഷകൂടി കണക്കിലെടുത്തുവേണം അത് എഴുതപ്പെട്ട കാലത്തെ ഭാഷയുടെ ചരിത്രം നിർമ്മിക്കാൻ എന്ന അവബോധം എൽ. വി. ആറിൽ രൂപപ്പെടാൻ ഗുണ്ടർട്ടിന്റെ വ്യാകരണം കാരണമായിട്ടുണ്ടെന്നാണ്

ഊഹിക്കാൻ കഴിയുന്നത്. ഗുണ്ടർട്ട് ആശ്രയിച്ച എഴുത്തുപാഠങ്ങളുടെ കൂട്ടത്തിൽ ബ്രഹ്മാണ്ഡപുരാണവും കാണുന്നുണ്ട്. എന്നാൽ എൽ. വി. ആറിന്റെ രൂപിമപരിണാമപഠനത്തിൽ ബ്രഹ്മാണ്ഡപുരാണത്തിലെ ഭാഷാസവിശേഷതകൾ ഉൾക്കൊള്ളിച്ചിട്ടില്ല. ഈ കുറവ് പരിഹരിക്കാൻ അദ്ദേഹം തന്റെ തുടർലേഖനങ്ങളിൽ ശ്രദ്ധിച്ചിട്ടുണ്ടെന്നാണ് മനസ്സിലാക്കാൻ കഴിയുന്നത്.

പ്രമാണങ്ങളെ മുൻകൂട്ടി സങ്കൽപ്പിച്ച് അവയ്ക്ക് ഉദാഹരണങ്ങൾ നൽകുന്ന കർത്തൃനിഷ്ഠവ്യാകരണപദ്ധതിയല്ല ഗുണ്ടർട്ടിന്റേത്. കർത്തൃനിഷ്ഠവ്യാകരണത്തിൽ ഓരോ പ്രമാണത്തിനും ചില ഉദാഹരണങ്ങൾ പറഞ്ഞുകഴിഞ്ഞാൽ കാര്യംതീർന്നു. ഈ രീതി ആശ്രയിക്കാതെ പ്രയോഗങ്ങളെ സൂക്ഷ്മമായി വിശകലനം ചെയ്ത് സിദ്ധാന്തരൂപീകരണം നടത്തുകയാണ് ഗുണ്ടർട്ട് ചെയ്തത്. ഭാഷാപഠനത്തിലെ വസ്തുനിഷ്ഠവും ശാസ്ത്രീയവുമായ അപഗ്രഥനരീതിയാണിത്. എൽ. വി. ആറിന്റെ രൂപിമപരിണാമപഠനം പിൻപറ്റുന്ന രീതിശാസ്ത്രവും ഇതുതന്നെയാണ്. ദത്തങ്ങളിൽനിന്ന് സിദ്ധാന്തത്തിലേയ്ക്കുള്ള യാത്രയാണ് പ്രസ്തുതഗ്രന്ഥത്തെ സവിശേഷമാക്കുന്നത്. ഗുണ്ടർട്ട് മലയാളഭാഷയുടെ വ്യാകരണത്തെ ഭാഷാശാസ്ത്രദൃഷ്ടിയിൽ വിശകലനം ചെയ്തപ്പോൾ എൽ. വി. ആർ. അതേ രീതിശാസ്ത്രത്തിലൂടെ മലയാളഭാഷയുടെ ചരിത്രം നിർമ്മിക്കുകയായിരുന്നു. ഗുണ്ടർട്ടിന്റെയും എൽ. വി. ആറിന്റെയും ഭാഷാപഠനങ്ങളിലെ രീതിശാസ്ത്രം സമാനമാണെങ്കിലും സമീപനത്തിൽ വ്യത്യാസം വരാൻ കാരണമുണ്ട്; മലയാളഭാഷാപഠനം എളുപ്പമാക്കാൻ (വിദേശികൾക്കും സ്വദേശികൾക്കും) വേണ്ടിയാണ് ഗുണ്ടർട്ട് വ്യാകരണം രചിച്ചത്. എൽ .വി. ആറിന്റെ ലക്ഷ്യം അതായിരുന്നില്ല. മലയാളഭാഷയുടെ ഉൽപ്പത്തിയും വികാസവും പരിണാമവും ചരിത്രപരമായി അപഗ്രഥിക്കാനും ഇംഗ്ലീഷ്ഭാഷയിൽ രചന നടത്തി അന്താരാഷ്ട്രതലത്തിൽ മലയാളത്തെ ചർച്ച ചെയ്യിക്കാനുമാണ് അദ്ദേഹം ശ്രമിച്ചത്.

8.2. രൂപിമവിചാരം ഗുണ്ടർട്ടിലും എൽ. വി. ആറിലും

എഴുനിൽക്ക എന്നത് വളരെ പഴക്കമുള്ള ഒരു സംയുക്തപദമാണെന്നും ഈ രൂപം എഴുനിന്ന്, എഴുന്നേറ്റ്, എഴുന്നേൽക്ക് എന്നിങ്ങനെ പടിപടിയായ പരിണാമങ്ങൾക്ക് വിധേയമായിട്ടുണ്ടെന്നും എൽ. വി. ആർ. നിരീക്ഷിക്കുന്നുണ്ട്. വാമൊഴിഭേദങ്ങളിൽ ഈ രൂപം എണീക്ക് എന്ന മാറ്റത്തിന് വിധേയമായതായും അദ്ദേഹം സൂചിപ്പിക്കുന്നുണ്ട്. ഉയർന്നു നിൽക്കുക എന്ന അർത്ഥത്തിലുള്ള എഴുന്നുനിൽക്ക എന്നത് ലോപിച്ചായിരിക്കണം എഴുനിൽക്ക രൂപപ്പെട്ടത്. ഇതിനെ സാധൂകരിക്കുംവിധത്തിൽ എഴുന്നീൽക്ക എന്ന രൂപം രാമചരിതത്തിൽനിന്നും

ഗുണ്ടർട്ട് വേർതിരിച്ചിട്ടുള്ളതായി മലയാളഭാഷാവ്യാകരണത്തിൽ കാണാം.

പെൺ എന്നതിന്റെ ബഹുവചനമായ പെങ്ങൾ (പെൺ+കൾ) ആദ്യകാലം മുതൽതന്നെ സഹോദരി എന്ന അർത്ഥത്തിൽ ഉപയോഗിച്ചിരുന്നെന്നും വാമൊഴിയിൽ ഇത് ഇന്നും സജീവമാണെന്നും എൽ. വി. ആർ. പറയുന്നു. ഇതിന്റെ സദൃശസൃഷ്ടിയായിട്ടാണ് ആണുങ്ങൾ എന്നതിൽനിന്നും സഹോദരൻ എന്ന അർത്ഥത്തിൽ ആങ്ങള എന്ന രൂപം ഉണ്ടായതെന്നും അദ്ദേഹത്തിനഭിപ്രായമുണ്ട്. അതേസമയം ആങ്ങള, പെങ്ങൾ, ആണുങ്ങൾ, പെണ്ണുങ്ങൾ മുതലായവ വെവ്വേറെ അനുഭവത്തോടെയാണ് പറയുന്നതെന്ന ഗുണ്ടർട്ടിന്റെ നിരീക്ഷണം മലയാളഭാഷാവ്യാകരണത്തിൽ കാണുന്നുണ്ട്.

നാലർ, എഴവർ, മകളർ എന്നിങ്ങനെ ർ എന്നതിലവസാനിക്കുന്ന അലിംഗബഹുവചനപ്രത്യയങ്ങൾ തമിഴിലും മലയാളത്തിലും പ്രയോഗിച്ചിരുന്നതായും നമ്പൂതിരിമാരുടെ ഭാഷയിൽ മകളർ ഇന്നും നിലനിൽക്കുന്നതായും എൽ. വി. ആർ. നിരീക്ഷിക്കുന്നുണ്ട്. മകൾ എന്നതിന് മക്കൾ, മകളർ എന്നിങ്ങനെ രണ്ട് ബഹുവചനരൂപങ്ങളുള്ളതായി മഹാഭാരതത്തിൽനിന്ന് ഉദാഹരണങ്ങളെടുത്തുകൊണ്ട് ഗുണ്ടർട്ടും സമർത്ഥിക്കുന്നുണ്ട്.

തമിഴിലെ ഐകാരം മലയാളത്തിൽ അകാരമായി മാറിയതിന്റെ പരിണാമഗതി എൽ. വി. ആർ. ഇങ്ങനെ കുറിക്കുന്നു: തമിഴ് ഐയുടെ പടിഞ്ഞാറൻതീര ഉച്ചാരണഭേദം> താലവ്യ അ> അ്> എ. കണ്ണനപ്പ കണ്ണ്, വസ്തുവകൊണ്ട്, കോനയുംകണ്ട് മുതലായ രൂപങ്ങളിൽ ഈ മാറ്റത്തിന്റെ ഇടയിൽ വരുന്ന അ് പ്രകടമാണെന്നും അദ്ദേഹം അഭിപ്രായപ്പെടുന്നുണ്ട്. എന്നാൽ കണ്ണനപ്പകണ്ണ് എന്ന രൂപത്തിൽ താലവ്യാകാരമാണുള്ളതെന്നാണ് ഗുണ്ടർട്ടിന്റെ പക്ഷം. കർമ്മകാരകമായ ദ്വിതീയ വിഭക്തിയുടെ പ്രത്യയം എ ആണെങ്കിലും താലവ്യാകാരവും ഉപയോഗിക്കാറുണ്ടെന്നും കണ്ണനപ്പകണ്ണ് എന്നതിൽ താലവ്യാകാരമാണ് പ്രകടമാകുന്നതെന്നുമുള്ള അഭിപ്രായം മലയാളഭാഷാവ്യാകരണത്തിൽ കാണാം. രൂപിമപരിണാമത്തിൽ മുൻഗാമിയായ ഗുണ്ടർട്ടിന്റെ അഭിപ്രായങ്ങളെ ആദരിച്ചുകൊണ്ടുതന്നെയാണ് എൽ. വി. ആർ. സ്വന്തം നിഗമനങ്ങൾ അവതരിപ്പിച്ചത് എന്നാണ് ഇതിൽനിന്നും തെളിയുന്നത്.

ഉള്ളവൻ എന്നതിന്റെ സംബോധന ഉള്ളോവേ ആണെന്ന ഗുണ്ടർട്ടിന്റെ നിരീക്ഷണത്തെ സാധൂകരിക്കുംവിധത്തിലാണ് മാലേയച്ചാറ്റും

മാറുള്ളോനേ, ഭാഗ്യശാലിനിയായുള്ളോവേ, അരക്കർകുലത്തിനു കറയായുള്ളോയേ എന്നിങ്ങനെ ഉള്ളോനേ, ഉള്ളോവേ, ഉള്ളോയേ എന്നിവയിലവസാനിക്കുന്ന സംബോധനാരൂപങ്ങളെ മലയാളരൂപിമപരിണാമപഠനത്തിൽ എൽ. വി. ആർ. വ്യവച്ഛേദിക്കുന്നത്.

തെരുവത്ത്, നിലാവത്ത് എന്നിങ്ങനെ ആധാരികാർത്ഥത്തിൽ അത്ത് പ്രയോഗിച്ചിരുന്നതായി ഗുണ്ടർട്ട് പറയുന്നുണ്ട്. എന്നാൽ ഈ പ്രത്യയത്തെ മുൻനിർത്തി ആഴത്തിലുള്ള അന്വേഷണം നടത്തിയത് എൽ. വി. ആറാണ്. ഇടത്തമിഴിന്റെ ആദ്യഘട്ടങ്ങളിൽ ആധാരികയെന്ന നിലയിൽ അത്ത് പ്രത്യയത്തിന്റെ ഉപയോഗം സാധാരണമായിരുന്നു. ഈ പാരമ്പര്യത്തെ മലയാളം സ്വീകരിക്കുകയും ഇപ്പോഴും സംരക്ഷിച്ചുവരികയും ചെയ്യുന്നു. എന്നാൽ ആധുനികതമിഴിൽനിന്ന് അത്ത് വിരമിക്കുകയാണുണ്ടായത് എന്നും എൽ. വി. ആർ. കണ്ടെത്തി. മലയാളത്തിലെ ഖിലരൂപങ്ങളെ വേർതിരിക്കൽ എൽ. വി. ആറിന്റെ അന്വേഷണത്തിന്റെ ഭാഗമായിരുന്നു. അതുകൊണ്ടാണ് അദ്ദേഹം കൂടുതൽ വിശദാംശങ്ങളിലേയ്ക്കു കടന്നത്. ഗുണ്ടർട്ടിന് അതിന്റെ ആവശ്യമില്ലായിരുന്നു. കാരണം അദ്ദേഹം രചിച്ചത് മലയാളഭാഷയുടെ വ്യാകരണമായിരുന്നു.

മലയാളത്തിലെ ഉത്തമപുരുഷസർവ്വനാമത്തിന്റെ ചരിത്രം, ശ്രോതൃസഹിത- ശ്രോതൃരഹിതരൂപങ്ങൾ, ബഹുവചനരൂപങ്ങൾ, വിഭക്തിപ്രത്യയങ്ങൾ ചേരുമ്പോൾ സംഭവിക്കുന്ന പരിണാമം മുതലായവ ഗുണ്ടർട്ടും എൽ. വി. ആറും വിശദമാക്കിയിട്ടുണ്ട്. ഗുണ്ടർട്ട് സാർവ്വനാമികരൂപങ്ങളെ അടുക്കിപ്പറയാൻ മാത്രമാണ് ശ്രമിച്ചതെങ്കിൽ മലയാളത്തിലെയും ഇടത്തമിഴിന്റെ ആദ്യഘട്ടങ്ങളിലെയും സാർവ്വനാമികരൂപങ്ങൾക്ക് സമാനതയുണ്ടെന്നു കണ്ടെത്താനാണ് എൽ. വി. ആർ. ശ്രമിച്ചത്.

ഏറ, ഏറ്റം (ഏറ്റവും) മുതലായ രൂപങ്ങൾ ആധിക്യത്തെ കുറിക്കുന്നതായി ഗുണ്ടർട്ട് നിരീക്ഷിക്കുന്നുണ്ട്. ഏറുക (ഉയരുക) എന്ന ദ്രാവിഡധാതുവിൽനിന്ന് കയറുക എന്ന അനന്യമലയാളരൂപം എങ്ങനെ ഉടലെടുത്തുവെന്ന് എൽ .വി. ആർ. അഗാധമായി ചിന്തിച്ചത് ഇതിന്റെ വെളിച്ചത്തിലാവണം. ഏറുമാടം, ഏറ്റക്കുറച്ചിൽ, വേലിയേറ്റം തുടങ്ങിയ രൂപങ്ങൾ മാനകമലയാളത്തിൽ ഇപ്പോഴും നിലനിൽക്കുന്നുമുണ്ട്.

കാൾ എന്നതിൽനിന്നും കാണിൽ, കായിൽ, കാട്ടിൽ തുടങ്ങിയ രൂപങ്ങളെ ഗുണ്ടർട്ട് വ്യവച്ഛേദിച്ചിട്ടുണ്ട്. ഇതിന്റെ വെളിച്ചത്തിലാവണം ഇൽ, കാൾ, കാളിൽ, കാട്ടിൽ, കായിൽ എന്നിങ്ങനെ മലയാളത്തിൽ നിലനിൽക്കുന്ന നിരവധിയായ താരതമ്യസൂചകപ്രത്യയങ്ങളിലേയ്ക്ക് എൽ. വി. ആറിന്റെ ചിന്ത വ്യാപരിച്ചത്.

മലയാളരൂപിമങ്ങളുടെ വിശകലനത്തിലൂടെ മലയാളഭാഷാചരിത്രം നിർമ്മിക്കാൻ ഗുണ്ടർട്ടിന്റെ മലയാളഭാഷാവ്യാകരണം എൽ. വി. ആറിനെ എത്രമാത്രം സ്വാധീനിച്ചു എന്ന അന്വേഷണത്തിൽനിന്നരുത്തിരിഞ്ഞ നിഗമനങ്ങൾ ഇങ്ങനെ ചുരുക്കാം:

- വസ്തുതകളിൽനിന്ന് സിദ്ധാന്തത്തിലേയ്ക്കുള്ള യാത്രയായിരുന്നു എൽ. വി. ആറിന്റേത്. ഈ പഠനധാരയുടെ മുൻകുറി ഗുണ്ടർട്ടിൽ കാണാം.
- ഭാഷയുടെ ചരിത്രനിർമ്മിതിയിൽ സ്വതന്ത്രരൂപിമങ്ങളെ ആശ്രയിക്കാൻ കഴിയില്ലെന്നും അവ സംക്രമണശേഷിയുള്ളവയാണെന്നും എൽ. വി. ആർ. ഉൾക്കൊണ്ടത് ഒരുപക്ഷെ ഗുണ്ടർട്ടിൽനിന്നാവണം.
- സാഹിത്യകൃതികളിലെ ഭാഷകൂടി കണക്കിലെടുത്തുവേണം അത് എഴുതപ്പെട്ട കാലത്തെ ഭാഷയുടെ ചരിത്രം നിർമ്മിക്കാൻ എന്ന അവബോധം എൽ. വി. ആറിൽ രൂപപ്പെടാൻ ഗുണ്ടർട്ടിന്റെ വ്യാകരണം കാരണമായിട്ടുണ്ട്.
- ഗുണ്ടർട്ട് മലയാളഭാഷയുടെ വ്യാകരണത്തെ ഭാഷാശാസ്ത്രദൃഷ്ടിയിൽ വിശകലനം ചെയ്തപ്പോൾ എൽ. വി. ആർ. അതേ രീതിശാസ്ത്രത്തിലൂടെ മലയാളഭാഷയുടെ ചരിത്രം നിർമ്മിക്കുകയായിരുന്നു.

അനുബന്ധം ഒന്ന്

എൽ. വി. ആറിന്റെ ലേഖനങ്ങൾ പ്രസിദ്ധീകരിച്ച ആനുകാലികങ്ങൾ

കേരളീയ ആനുകാലികങ്ങൾ

1. മഹാരാജാസ് കോളേജ് മാഗസിൻ (എറണാകുളം)

2. രാമവർമ്മ റിസർച്ച് ഇൻസ്റ്റിറ്റ്യൂട്ട് ബുള്ളറ്റിൻ (തൃശ്ശൂർ)

3. ഇന്റർനാഷണൽ ജേണൽ ഓഫ് ദ്രവീഡിയൻ ലിംഗ്വിസ്റ്റിക്സ് (തിരുവനന്തപുരം)

ഇന്ത്യൻ ആനുകാലികങ്ങൾ

1. ജേണൽ ഓഫ് ബീഹാർ ആന്റ് ഒറീസ്സാ റിസർച്ച് സൊസൈറ്റി (പാറ്റ്ന)

2. ഇന്ത്യൻ ഹിസ്റ്റോറിക്കൽ ക്വാർട്ടേർലി (കൽക്കത്ത)

3. ഇന്ത്യൻ ആന്റിക്വറി (കൽക്കത്ത)

4. യൂണിവേഴ്സിറ്റി ജേണൽ ഓഫ് ലെറ്റേഴ്സ് (കൽക്കത്ത)

5. ജേണൽ ഓഫ് ഹിസ്റ്ററി സൊസൈറ്റി (ആന്ധ്ര)

6. ന്യൂ ഇന്ത്യൻ ആന്റിക്വറി (മുംബൈ)

7. ക്വാർട്ടേർലി ജേണൽ ഓഫ് ദി മിത്തിക് സൊസൈറ്റി (ബാംഗ്ലൂർ)

8. എഡ്യൂക്കേഷണൽ റിവ്യൂ (മദ്രാസ്)

9. ജേണൽ ഓഫ് ഓറിയന്റൽ റിസർച്ച് (മദ്രാസ്)

വിദേശ ആനുകാലികങ്ങൾ

1. ആന്ത്രപ്പോസ്

2. ജേണൽ ഓഫ് ദ അമേരിക്കൻ ഓറിയന്റൽ സൊസൈറ്റി

3. ബുള്ളറ്റിൻ ഓഫ് ദ സ്കൂൾ ഓഫ് ഓറിയന്റൽ ആന്റ് ആഫ്രിക്കൻ സ്റ്റഡീസ്

4. ജേണൽ ഓഫ് ഓറിയന്റൽ റിസർച്ച്

അനുബന്ധം രണ്ട്

സംവൃതോകാരത്തിന്റെ സ്വനമൂല്യവിചാരം

ഇ		ഉ
എ	ഉ്	ഒ
	അ	

സംവൃതോകാരത്തെ ആറ്റൂർ സംവൃതഅകാരമെന്നു വിളിച്ചതും എ, അ എന്നിവയ്ക്കു മധ്യേയാണ് സംവൃതോകാരമെന്ന് ജോർജ് മാത്തൻ മലയാഴ്മയുടെ വ്യാകരണത്തിൽ അഭിപ്രായപ്പെട്ടതും എന്തുകൊണ്ടാണെന്നതിന് ഈ പട്ടികയിൽ ഉത്തരമുണ്ട്.

അനുബന്ധം മൂന്ന്

മലയാളഭാഷോൽപ്പത്തി
എൽ. വി. ആറിന്റെ വീക്ഷണത്തിൽ

മലയാളഭാഷയുടെ ഉൽപ്പത്തിയുമായി ബന്ധപ്പെട്ട് സംസ്കൃതജന്യവാദം, ഭാഷാമിശ്രവാദം, ഉപശാഖാവാദം, സ്വതന്ത്രവാദം എന്നിങ്ങനെ നാലു സിദ്ധാന്തങ്ങൾ നിലനിൽക്കുന്നുണ്ട്. ഇവയിൽ കാൽഡ്വൽ അവതരിപ്പിച്ച ഉപശാഖാവാദത്തിന്റെ വക്താവാണ് എൽ. വി. ആർ. തമിഴിന്റെ ഏതു പ്രത്യേകഘട്ടത്തിൽനിന്നാണ് മലയാളം ഉരുത്തിരിഞ്ഞതെന്ന് കാൽഡ്വൽ പറയുന്നില്ല. ഉപശാഖാവാദത്തെ അനുകൂലിച്ചുകൊണ്ട് കൊടുന്തമിഴ് മലയാളമായി പരിണമിച്ചു എന്ന് എ. ആർ. പറയുന്നുണ്ടെങ്കിലും ഏതു ഘട്ടത്തിലെ തമിഴ് എന്ന് അദ്ദേഹവും വ്യക്തമാക്കുന്നില്ല. എന്നാൽ ഇടത്തമിഴിന്റെ ആദ്യഘട്ടം എന്ന് ഇന്നുവിളിക്കുന്ന സവിശേഷഘട്ടത്തിൽനിന്ന് പരിണമിച്ചു വികസിച്ചതാണ് മലയാളമെന്ന് തെളിവുകളുടെ അടിസ്ഥാനത്തിൽ എൽ. വി. ആർ. സ്ഥാപിക്കുന്നുണ്ട്.

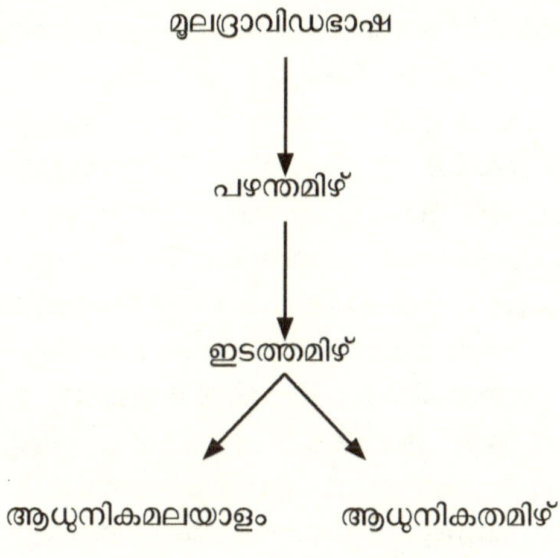

അനുബന്ധം നാല്

ചെറുകഥകൾ-സാമാന്യപരിചയം

1. Too Deep for Tears

ഓണത്തിരക്കിന്റെ ഉന്തിത്തള്ളലിൽപ്പെട്ട് വട്ടിയിലുള്ള അരിയും വെളിച്ചെണ്ണയും നഷ്ടമായി കേഴുന്ന ഒരു കീഴാളപ്പെൺകിടാവിനെ ചിത്രീകരിക്കുന്ന ചെറുകഥയാണിത്. പെൺകിടാവിന്റെ ദുഃഖത്തിൽ കഥാകൃത്തും പങ്കുചേരുന്നതു കാണാം.

2. Eternal Feminine

ഇതൊരു പരിഹാസകഥയാണ്. കുടുമിയും ഭസ്മലേപനവുമായി നടക്കുന്ന ഗംഗു എന്ന ഗംഗാധരനാണ് പ്രധാന കഥാപാത്രം. അയാൾ ഇന്റർ കഴിഞ്ഞ് മദിരാശിയിൽ പഠിക്കുന്നു. അയാളുടെ അപ്പ (അച്ഛൻ) ഇംഗ്ലണ്ടിൽ പഠിച്ച് ഐ. സി. എസ്. നേടിയ പരിഷ്കാരിയാണ്. അമ്മയ്ക്കും പഠിപ്പും പരിഷ്കാരവുമുണ്ട്. മകനാകട്ടെ, തനി സനാതനി. ബ്രഹ്മചര്യത്തെ കൊണ്ടാടുന്ന മഹാത്മാഗാന്ധിയെ അയാൾക്കിഷ്ട മായി. എന്നാൽ ഗാന്ധി അധഃകൃതരുടെ അവകാശങ്ങളെപ്പറ്റി പറഞ്ഞു കൊണ്ടിരിക്കുന്നത് അയാൾക്ക് പിടിക്കുന്നുമില്ല. അങ്ങനെയിരിക്കെ, മകനെ നേരെയാക്കാൻ അമ്മ അയാൾക്ക് പെണ്ണന്വേഷിക്കുന്നു. ആദ്യമൊന്നും അയാൾ ആ തീരുമാനത്തിന് വഴങ്ങിയില്ല. നിർബന്ധം സഹിക്കാനാവാതെ വന്നപ്പോൾ അച്ഛനമ്മമാരുടെ ആഗ്രഹം സാധി പ്പിച്ചു കൊടുക്കാൻതന്നെ തീരുമാനിച്ചു. പക്ഷെ, ഒരുകാര്യം; തന്റെ പെണ്ണിന് പഠിപ്പും പരിഷ്കാരവും സൗന്ദര്യവും വേണ്ട. പഠിപ്പില്ലാത്ത, അഴകറ്റ, കറുമ്പി മതി. അമ്മയ്ക്കു സങ്കടമായി. ഒക്കെ നേരെയായിക്കൊ ള്ളുമെന്ന് അപ്പ അമ്മയെ സമാധാനിപ്പിച്ചു. 'മകന്റെ ഉപാധികളോടെ ഒരു പെണ്ണുണ്ട്. വരു' എന്ന കത്തു കിട്ടി. പക്ഷെ, പെണ്ണു കണ്ടപ്പോൾ അയാൾക്ക് മനഃപ്രയാസമായി. എന്നാലും വിടാമോ? അയാൾ സമ്മതി ച്ചു. പെണ്ണുകാണലിനിടയ്ക്ക് മുറുക്കാൻ കൊണ്ടുവന്ന മിടുക്കിയായ തന്റെ മുൻസഹപാഠിയിൽ മനസ്സുടക്കാതിരുന്നില്ല. അവസാനം പന്തലിൽ കണ്ടതും സുന്ദരിയായ സഹപാഠിതന്നെ. പെണ്ണുകാണൽ നാടകമാ യിരുന്നപോൽ. അഭിനയിച്ചത് അതിനേർപ്പെടുത്തിയ ഒരുവളായിരുന്നു വത്രേ. കല്യാണം നടന്നു. സനാതനി പതുക്കെ മാറി. പരിഷ്കാരിയായി. ഐ. സി. എസുമായി.

3. സുകുമാരിയുടെ ദീനം

ഭാര്യാഭർത്തൃബന്ധത്തിൽ കടന്നു കൂടിയ തെറ്റിദ്ധാരണയെയും അതിന്റെ പരിസമാപ്തിയെയും സൂക്ഷ്മമായി അവതരിപ്പിക്കുന്ന

കഥയാണിത്. താൻ ചെയ്തുപോയ തെറ്റിന് മാപ്പപേക്ഷിച്ചുകൊണ്ട് ഭർത്താവ് ഭാര്യയ്ക്ക് കത്തെഴുതുന്നു. കള്ളുകുടിച്ചതാണ് ഭർത്താവ് ചെയ്ത തെറ്റെങ്കിലും ഭാര്യ മനസ്സിലാക്കിയത് തന്റെ ഭർത്താവിന് മറ്റേതോ സ്ത്രീയുമായി ബന്ധമുണ്ടെന്നാണ്. ഭാര്യ അതോടെ പനി പിടിച്ച് കിടപ്പിലായി. ഭർത്താവ് നേരിട്ടുവന്ന് സത്യം തുറന്നു പറഞ്ഞതോടെ ഭാര്യയുടെ രോഗം ഭേദമാവുകയും ചെയ്തു. കുടുംബജീവിതത്തിന്റെ പവിത്രതയും സ്നേഹവാത്സല്യങ്ങളും സൂക്ഷ്മമായി ആവിഷ്കരിക്കുകയായിരുന്നു കഥാകൃത്തിന്റെ ലക്ഷ്യം.

അനുബന്ധം അഞ്ച്

മഹാരാജാസിൽനിന്ന് ഒരു കഥ

എറണാകുളം മഹാരാജാസ് കോളേജിലെ അധ്യാപകനും പ്രശസ്ത ഭാഷാശാസ്ത്രപണ്ഡിതനുമായിരുന്ന എൽ. വി. രാമസ്വാമിഅയ്യരെപ്പറ്റി ഒരു കഥയുണ്ട്:

അദ്ദേഹം കോളേജ് വിട്ടുവരുമ്പോൾ വഴിയിലിരുന്ന് ഒരു പിച്ചക്കാരൻ നിലവിളിക്കുകയാണ്: "രണ്ട് കണ്ണും കാണാത്ത കുരുടന് വല്ലതും തരണേ."

എൽ. വി. ആർ. ആ പിച്ചക്കാരന് ഒരണ കൊടുത്തിട്ട് പറഞ്ഞു:

"രണ്ടിലേതെങ്കിലും ഒന്നു പറഞ്ഞാൽ മതി- ഒന്നുകിൽ രണ്ടു കണ്ണും കാണാത്തവന് വല്ലതും തരണേ; അല്ലെങ്കിൽ കുരുടന് വല്ലതും തരണേ."

ഇതൊരു തമാശയാണ്. സാധാരണ നിലയ്ക്ക് ആരും ഇത്ര പോവുകയില്ല. പദപ്രയോഗങ്ങളിൽ എൽ. വി. ആർ. കാണിച്ചിരുന്ന നിഷ്ഠയെപ്പറ്റിയുള്ള മതിപ്പ് അതിശയോക്തി കലർത്തി പെരുപ്പിച്ചതാണ് ഈ കഥ.

അനുബന്ധം ആറ്

തിരൂരിൽനിന്നു കേട്ട വാർത്ത

2014 നവംബർ 20 ലെ മാതൃഭൂമി ദിനപത്രത്തിൽ ഭാഷാസ്നേഹികൾക്ക് ഏറെ സന്തോഷജനകമായ ഒരു വാർത്ത പ്രത്യക്ഷപ്പെടുകയുണ്ടായി. ആ വാർത്ത അതേ രൂപത്തിൽ ചുവടെ കൊടുക്കുന്നു.

രാമസ്വാമിഅയ്യരുടെ പുസ്തകപരമ്പര പ്രസിദ്ധീകരിക്കുന്നു

തിരൂർ: എൽ. വി. രാമസ്വാമിഅയ്യരുടെ വ്യാകരണ, ശാസ്ത്ര, സാഹിത്യ, ഭാഷാലേഖനങ്ങൾ തുഞ്ചത്തെഴുത്തച്ഛൻ മലയാളസർവ്വകലാശാല പ്രസിദ്ധീകരിക്കുന്നു. മൂന്ന് വാല്യങ്ങളായാണ് ഇവ പ്രസിദ്ധീകരിക്കുക. ഒന്നാം വാല്യത്തിൽ ലീലാതിലക ലേഖനങ്ങളായിരിക്കും. രണ്ടാം വാല്യത്തിൽ മലയാളഭാഷയും കേരളവുമായി ബന്ധപ്പെട്ട വിഷയങ്ങൾ ഉൾപ്പെടുത്തും. ദ്രാവിഡഭാഷാപഠനസംബന്ധിയായവ മൂന്നാം വാല്യമായാണ് പ്രസിദ്ധീകരിക്കുക. പരമ്പരയുടെ എഡിറ്റർമാരായി ടി. ബി. വേണുഗോപാലപ്പണിക്കരേയും ഡോ. സൗമ്യ ബേബിയെയും നിയോഗിച്ചിട്ടുണ്ട്.

(മാതൃഭൂമി ദിനപത്രം, 20 നവംബർ 2014)

അനുബന്ധം ഏഴ്

അല്പം ഭാഷാശാസ്ത്രം

●പാടാമോ എന്ന പദം ഒന്ന് ഉച്ചരിച്ചുനോക്കുക.

ഇവിടെയുള്ള മൂന്ന് അക്ഷരങ്ങളും ദീർഘങ്ങളാണെങ്കിലും *പാ* എന്നു ച്ചരിക്കാൻ എടുക്കുന്നത്രയും സമയം *ടാ* എന്നുച്ചരിക്കാൻ എടുക്കുന്നില്ല. അത്ര പോലും സമയം *മോ* ഉച്ചരിക്കാൻ എടുക്കുന്നില്ല. എന്താണിതിനു കാരണം?

ഉത്തരം വളരെ ലഘുവാണ്. ധാരാളം ദീർഘാക്ഷരങ്ങളുള്ള പദം ഉച്ചരിക്കപ്പെടുമ്പോൾ ആദ്യത്തെ ദീർഘാക്ഷരങ്ങളുടെ അത്രതന്നെ ദീർഘമായിരിക്കില്ല തുടർന്നു വരുന്ന ദീർഘങ്ങൾ. ഇക്കാര്യം മലയാള ഭാഷയെ മുൻനിർത്തി ആദ്യമായി സിദ്ധാന്തിച്ചത് എൽ. വി. ആറാണ്.

●വന്നുവോ/വന്നോ എന്ന പദം പല മട്ടിൽ/ഈണത്തിൽ ഒന്നുച്ച രിച്ചുനോക്കുക. ഏറ്റവും കുറഞ്ഞത് മൂന്നർത്ഥമെങ്കിലും കിട്ടുന്നില്ലേ?

ചോദ്യം, അത്ഭുതം, തൃപ്തി എന്നിങ്ങനെ മൂന്നർഥങ്ങൾ പ്രദാനം ചെയ്യാൻ ഇത്തരം രൂപങ്ങൾക്ക് കഴിയുന്നുണ്ട്.

അന്ത്യത്തിൽ വോ/ ഓ ചേർന്ന ഇത്തരം രൂപങ്ങൾക്ക് മലയാള ത്തിലുള്ള സവിശേഷാർത്ഥങ്ങളെയും എൽ. വി. ആർ. വേർതിരിച്ചു കാണിച്ചിട്ടുണ്ട്. മറ്റു ദ്രാവിഡഭാഷകളിൽനിന്നു വ്യത്യസ്തമായി മലയാളം സൂക്ഷിക്കുന്ന അനന്യസ്വഭാവം കൂടിയാണിത്.

●എങ്ങനെയാണ് സംവൃതോകാരം ഉച്ചരിക്കപ്പെടുന്നത്?

കാടുവെട്ടി, കാടുകൾ എന്നീ പദങ്ങൾ ഉച്ചരിക്കുന്നതു പോലെയല്ല കാട് എന്ന പദം ഉച്ചരിക്കുന്നത്. ഇതിന്റെ അന്ത്യത്തിൽ ഉ അല്ല ഉ് ആണുള്ളത്. ഇതിനെ സ്വരമായിട്ടേ വക വെയ്ക്കേണ്ട എന്നൊക്കെ കേരളപാണിനി പറയുന്നുണ്ടെങ്കിലും വേലു-വേല്, ചങ്കു- ചങ്ക് എന്നീ പദങ്ങളിൽ ഇതിന് വ്യത്യസ്തമായ അർത്ഥങ്ങളുണ്ടെന്ന കാര്യത്തിൽ ആർക്കും സംശയമില്ലല്ലോ?

അപ്പോൾപ്പിന്നെ ഇതിനെ (സംവൃതോകാരത്തെ) അതിന്റെ സ്വന മൂല്യത്തോടുകൂടി കൃത്യമായി നിർവ്വചിയ്ക്കേണ്ടതില്ലേ?

ഉണ്ട്. പല ഭാഷാപണ്ഡിതന്മാരും ഇതിനു ശ്രമിച്ചിട്ടുണ്ടെങ്കിലും എൽ. വി. ആറാണ് ഇതിൽ വിജയിച്ചത്.

നാവ് മുന്നോട്ടോ പിന്നോട്ടോ ചലിപ്പിക്കാതെ നടുനിലയിൽ നിർത്തി ച്ചുണ്ടുരുട്ടാതെയാണ് സംവൃതോകാരം ഉച്ചരിക്കുന്നതെന്ന് അദ്ദേഹം പ്രഖ്യാപിച്ചു. ഉച്ചരിച്ചു നോക്കിയാൽ നമുക്കും അതു ബോധ്യപ്പെടും.

അനുബന്ധം എട്ട്

എൽ. വി. ആർ. പ്രശസ്തരുടെ വാക്കുകളിൽ

ഭാഷാപഠനത്തിലും ഭാഷാഗവേഷണത്തിലും എൽ. വി. ആർ. ഒരു കടങ്കഥ തന്നെയായിരുന്നു. ഒരു മഹാപ്രതിഭാസം. ഇതിനൊക്കെ തെളിവുണ്ടെന്നോർക്കണം.

സി. എൽ. ആന്റണി

സമകാലികരായ ഭാഷാശാസ്ത്രജ്ഞന്മാരെയെല്ലാം ബഹുഭാഷാപാണ്ഡിത്യംകൊണ്ടും ഗവേഷണസപര്യകൊണ്ടും വിസ്മയം കൊള്ളിച്ച അന്താരാഷ്ട്രപ്രശസ്തി ആർജ്ജിച്ച എൽ. വി. ആർ. സ്വന്തം നാട്ടിൽ അജ്ഞാതനായിരിക്കുന്നത് അതിവിചിത്രം തന്നെയാണ്.

സി. എൽ. ആന്റണി

ഇരുപതാം നൂറ്റാണ്ട് ഭാഷാശാസ്ത്രത്തിലെ എൽ. വി. ആർ. യുഗമാണ്.

എ. കാമാച്ചിനാതൻ

എൽ. വി. ആറിന്റെ അകാലനിര്യാണം ഇന്ത്യൻഭാഷാശാസ്ത്രത്തിനു തീരാനഷ്ടം

എസ്. കെ. ചാറ്റർജി

നാട്ടിലുള്ളവർക്കാർക്കും രാമസ്വാമിഅയ്യരുടെ മഹത്വമറിയില്ല. എന്നാൽ ചൈനയിലും ജപ്പാനിലും അമേരിക്കയിലും ഇംഗ്ലണ്ടിലുമെല്ലാം അദ്ദേഹം അറിയപ്പെട്ടുകയും മാനിക്കപ്പെട്ടുകയും ചെയ്തിട്ടുണ്ട്. അവരുടെയെല്ലാം ഭാഷകളിൽ അദ്ദേഹം ഗഹനമായ പ്രബന്ധങ്ങളെഴുതി പ്രസിദ്ധീകരിച്ചിരുന്നു എന്നതായിരുന്നു കാരണം.

എം. എൻ. വിജയൻ

ക്ലാസ്സിലേയ്ക്കു കൊടുങ്കാറ്റുപോലെ പാഞ്ഞുവരുന്ന ഇംഗ്ലീഷ് അധ്യാപകൻ എൽ. വി. ആർ. പെരുമഴ പെയ്ത് പിന്നീട് ചെസ്സിലേയ്ക്കോ ഭാഷാശാസ്ത്രത്തിലേയ്ക്കോ മടങ്ങിപ്പോകുന്നു. ബ്രൗണിങ്ങിൽനിന്ന് ലീലാതിലകത്തിലേയ്ക്ക് കുപ്പുകുത്തുന്നു. കേരളത്തിൽ മറ്റാരുടെ കയ്യിലും അതിന്റെ താളിയോല ഇല്ലായിരുന്നു. മരണത്തിലേയ്ക്കു റിട്ടയർ ചെയ്തപ്പോൾ എൽ. വി. ആറിന്റെ ഗ്രന്ഥശേഖരം കോളേജിലെത്തി. നാനൂറിലധികം ഭാഷകളിൽ ബൈബിൾ പരിഭാഷകൾ. ഇതുപയോഗിച്ചാണ് എൽ. വി. ആർ. ലോകഭാഷകൾ പഠിച്ച പോന്നത്. ഒന്നിനും വേണ്ടിയല്ല. വെറുതെ. കപ്പലൊടിഞ്ഞു കരയിലടുക്കുന്നവരോട് ഏതു ഭാഷയിലും സംസാരിക്കാൻ കഴിയുന്നവനെന്നേ നാട്ടുകാർ എൽ. വി. ആറിനെ

വിലയിരുത്തിയിരുന്നുള്ളൂ. പക്ഷേ മലയാളത്തിലെ ഭാഷാശാസ്ത്രത്തിനു തുടക്കമിട്ടത് ഈയൊരു ഇംഗ്ലീഷ് അധ്യാപകനായിരുന്നു.

എം. എൻ. വിജയൻ

ശ്രീ രാമസ്വാമിഅയ്യരേക്കാൾ ഈ (ലീലാതിലകം) വിഷയത്തെ അധികരിച്ച് ഒരു ഗ്രന്ഥം രചിക്കുന്നതിന് സർവ്വഥാ യോഗ്യനായ ഒരു പണ്ഡിതൻ കേരളത്തിൽ ഇല്ലെന്നു പറഞ്ഞാൽ അത് ഇതര പണ്ഡിതർക്ക് ഒരു തിരസ്കാരമാണെന്ന് ഒരിക്കലും വരുന്നതല്ല. അദ്ദേഹത്തിന് ഇത്തരത്തിലുള്ള പുസ്തകങ്ങൾ നിർമ്മിക്കുന്നതിനുള്ള സിദ്ധിവിശേഷങ്ങൾ സുവിദിതങ്ങളാണ്.

ഉള്ളൂർ

കേരളത്തിന്റെ പഴയ ചരിത്രം നിർമ്മിക്കാൻ തമിഴുസാഹിത്യത്തെ ആശ്രയിച്ചതും ചെന്തമിഴ ചേർന്ന എന്നതിന് യുക്തിസഹമായ വ്യാഖ്യാനം രചിച്ചതും ഇളംകുളമാണെന്നാണ് മിക്ക മലയാള വിദ്യാർത്ഥികളും ധരിച്ചിരിക്കുന്നത്. സൂത്രരൂപത്തിലുള്ള എൽ. വി. ആറിന്റെ പ്രസ്താവങ്ങൾക്ക് വിപുലമായ ഭാഷ്യം ചമയ്ക്കുകയാണ് ഇളംകുളം ചെയ്തത്. ഒന്നര പതിറ്റാണ്ടു പിന്നിട്ട ശേഷമാണുതാനും അതുണ്ടായത്.

ടി. ബി. വേണുഗോപാലപ്പണിക്കർ

ഭാഷയുടെ വ്യക്തിത്വരൂപീകരണചരിത്രം ഭൂസ്ഥിതി, ഭാഷകസമൂഹത്തിൽ വികസിച്ച സാംസ്കാരിക വ്യാവർത്തകസ്വഭാവം ഇവയുമായി ബന്ധിപ്പിച്ചുവേണം ചിന്തിക്കുക എന്ന് എ. ആർ. രാജരാജവർമ്മയ്ക്കും എൽ. വി. രാമസ്വാമിഅയ്യർക്കും അറിയാമായിരുന്നുവെങ്കിലും പിൽക്കാലത്ത് ഏറെപ്പേരൊന്നും ആ വഴി പിന്തുടർന്നില്ല.

ടി. ബി. വേണുഗോപാലപ്പണിക്കർ

ഇറ്റലിയെക്കുറിച്ചു ഞാൻ പുസ്തകമെഴുതിയപ്പോൾ ആ നാട്ടിലെ പേരുകളുടെ ഉച്ചാരണം ശരിയായി രേഖപ്പെടുത്താൻ എന്നെ സഹായിച്ചത് ഇറ്റാലിയൻഭാഷ കൂടി അറിയാമായിരുന്ന രാമസ്വാമിഅയ്യരാണ്. പ്രഗല്ഭനായ ആ അധ്യാപകന്റെ പ്രസംഗം അമൃതവർഷം പോലെയാണ് കുട്ടികൾ ശ്രവിച്ചത്. അദ്ദേഹത്തെപ്പോലെ പ്രാഗല്ഭ്യമുള്ള പ്രൊഫസറെ എന്റെ ജീവിതത്തിൽ വേറെ കണ്ടിട്ടില്ല.

പി. എസ്. വേലായുധൻ

(മുൻ പ്രിൻസിപ്പൽ , മഹാരാജാസ് കോളേജ് എറണാകുളം)

എൽ. വി. ആറിന്റെ രചനകൾക്കുമുമ്പിൽ വിസ്മയാദരപൂർവ്വം നിൽക്കുന്ന ഒരു ഗവേഷണവിദ്യാർത്ഥിയുടെ അത്ഭുതരസംകൊണ്ടു

പ്രബന്ധത്തിന് അങ്ങിങ്ങ് ചില്ലറ നിറപ്പകർച്ചകൾ ഉണ്ടായിട്ടുണ്ടെന്നു വീണ്ടുവിചാരത്തിൽ തിരിച്ചറിയുന്നു.

സൗമ്യാബേബി

L.V.R. has done a critical as well as comprehensive study of the grammatical work and literary works of major Dravidian languages and also has attempted a rigorous and truely scientific description and analysis of the non-literary languages. He consulted the vocabularies of both literary and non-literary languages, meteculously studied the etymologies and arrived at valid conclusions. The fact that he has well versed in traditional grammars added to his advantage in the critical and comparative study of linguistic structures.

M. Israyel

The late professor L.V.Ramaswamy Aiyer warmily encouraged me in my work. The extent of my indebtedness to his very extensive researches in the Dravidian field will be apparent from the following pages. I may say without any exaggeration that this study of mine is almost in the nature of a tribute to his work, most of whose conclusions about the evolution of the characteristic features of the Malayalam language are confirmed by the analysis of the inscriptional materials embodied in this thesis.

A.C. Shekhar

When we remember that L.V.R's papers on Dravidian vocabulary, with their insightful etymological and semantic discussions appeared at a time when there was no comparative Dravidian dictionary and little work of the kind had been done until then, we can easily realize how useful they were, and it speaks volums for the intrinsic merits of the papers that they are still indispensable for the student of historical and comparative Dravidian.

A.C.Shekhar

In the history of Dravidian linguistics the second quarter of 20th century should be aptly called L.V.R-Age. In his lifelong devotion and dedication to Dravidic studies L.V.R. ultimately burnt the candle at both ends.

A.Kamatchinathan

അനുബന്ധം ഒമ്പത്

മലയാളഭാഷാചരിത്രനിർമിതിയിൽ എൽ. വി. ആറിന്റെ ഇടപെടലുകൾ

(അവലംബം- സൗമ്യാബേബി തയ്യാറാക്കിയ ലേഖനസൂചി).

1. A Brief Account of Malayalam Phonetics
2. A Fifteenth Century Malayalam Prose Text
3. Alveolar 't', 'd' in Malayalam and Tamil
4. A Modern Malayalam Tense Form
5. A History of kerala
6. An Old Malayalam Form
7. An Old Portuguese Work on Kerala Beliefs
8. A Primer of Malayalam Phonology
9. A problem of Dravidic Phonology
10. Basis of Articulation in Tamil and Malayalam
11. Consonants and Vowels
12. Dravidic Etymologies
13. Dravida and Dravidian Culture
14. Dravidian Nominal Inflexions
15. Dravidic Sandhi
16. Eighteenth Century Malayalam prose Written by Christians
17. Eighteenth Century Printed Malayalam
18. Ezhuthachan's Malayalam
19. Grammar in Lilathilakam
20. Lilathilakam on Malayalam Inflexions
21. Lilathilakam and Tamil Grammatical Works
22. Linguistic History of a Few South Dravidian words
23. Linguistics in the Fourth Chapter of Lilathilakam
24. Lilathilakam on Unique Tamil-Malayalam Sounds

25. Malayalam Chambu Kavyas by Mahakavi Ullur S. Parameswara Iyer
26. Malayalam past Stem of the Type of Van
27. Malayalam Fourth Case Forms of the type of Avan-u, Muratt-in-u
28. Notes on Keralapaniniyam
29. Our language – A Causerie
30. Peet's Malayalam Grammar
31. Pictures of Ancient Kerala Life
32. Plosives in Dravidian
33. Semantic Divergence in Indo-Aryan Loan Words in South Indian
34. Studies in Dravidian Semantics
35. Studies in Dravidian Linguistics
36. Tamil and Malayalam
37. Tamil Manipravalam
38. The Evolution of Malayalam Morphology
39. The History of the Tamil Malayalam Alveolar Plosives
40. The Phonetic Values of the Tamil Malayalam Alveolar plosives
41. The Language and Culture of kerala- The Beginnings
42. The Language of Ramacaritham
43. The linguistic Influence of Sanskrit on Malayalam
44. The Malayalam of the Missionaries
45. The Morphology of the Old Tamil Verbs
46. Thirukkural in Malayalam
47. Two Malayalam Phonemes
48. Two Dravidic Problems
49. Word Parallels between Dravidian and other Language Families

അനുബന്ധം പത്ത്

എൽ. വി. ആറിന്റെ മലയാളലേഖനങ്ങൾ

കോഴിക്കോട് ഗവ. കോളേജിൽ ഫിലോസഫി അധ്യാപകനായിരുന്ന ഡോ. എം. രാധാകൃഷ്ണനാണ് എൽ. വി. ആറിന്റെ ചില മലയാളലേഖനങ്ങൾ കണ്ടെടുത്തതും ടി. ബി. വേണുഗോപാലപ്പണിക്കർക്ക് നൽകിയതും. താപസത്തിന്റെ ആറാം വോള്യത്തിൽ ഈ പട്ടിക പ്രസിദ്ധീകരിച്ചിട്ടുണ്ട്. താപസത്തിന്റെതന്നെ രേഖാശേഖരത്തിൽനിന്ന് എന്ന പംക്തിയിലൂടെ ഇതിലെ ചില ലേഖനങ്ങൾ പുറത്തുവന്നിട്ടുമുണ്ട്.

പട്ടിക താഴെ കൊടുക്കുന്നു

1. പ്രിയ, കൈരളി 6.9 പു. 292-302, 1097 ധനു(1922). (പ്രഭാതകുമാരമുഖോപാധ്യായൻ എഴുതിയതിന്റെ ഭാഷാന്തരണം)
2. 2. വീട്ടിലും പുറത്തും, കൈരളി7.4 പു.170-179, 1097 കർക്കടകം (1922). (ടാഗൂർ എഴുതിയ ലേഖനത്തിന്റെ ഭാഷാന്തരണം)
3. 3. ജഗദീശചന്ദ്രദർശനം, കൈരളി 7.9 പു. 411-416. 1098 ധനു (1923). (ഇംഗ്ലീഷ് ലേഖനം- മലയാളത്തിലാക്കിയത് പി. അനുജൻ അച്ചൻ)
4. 4. സന്ധ്യയും പ്രഭാതവും, കൈരളി 9.4 പു. 227-228. 1099 കർക്കടകം (1924) (ടാഗൂർരചനയുടെ ഭാഷാന്തരണം)
5. 5. രവീന്ദ്രപ്രതിഭ, കൈരളി 10.9 പു. 331-335 1101 ധനു (1926 (റൊമേറോല എഴുതിയ ഫ്രഞ്ച് ലേഖനത്തിന്റെ ഭാഷാന്തരണം)
6. 6. സുകുമാരിയുടെ ദീനം, കൈരളി 10.11 പു. 436-444. 1101 കുംഭം (1926).
7. 7. ഭാഷാചർച്ച, പരിഷത് ത്രൈമാസികം 14.2 പു. 149-150. 1121 മകരം (1946)

താരതമ്യാർത്ഥത്തിൽ ഇൽ എന്നാണ് ലേഖനത്തിന്റെ ഉപശീർഷകം

സഹായക ഗ്രന്ഥ-ലേഖന സൂചി

ഭാഷാപഠനങ്ങൾ, ആന്റണി സി. എൽ. (കേരള സാഹിത്യ അക്കാദമി, തൃശ്ശൂർ, 2011.)

തായ്മൊഴി, കാരശ്ശേരി എം. എൻ. (ഡി. സി. ബുക്സ്, കോട്ടയം, 2012.)

മഹാരാജാസിന് പ്രണയപൂർവ്വം, രവി കുറ്റിക്കാട്. (മഹാരാജാസ് കോളേജ് ഓൾഡ് സ്റ്റുഡന്റ്സ് അസോസിയേഷൻ, കൊച്ചി, 2000.)

അതിപ്രഗൽഭനായ അധ്യാപകൻ, വിജയൻ എം. എൻ. (മംഗളം, ലക്കം 5 (ഫെബ്രുവരി), 1996.)

ഭാഷാലോകം, വേണുഗോപാലപ്പണിക്കർ ടി. ബി. (ഡി. സി. ബുക്സ്, കോട്ടയം, 2006.)

സിജി എൻ., *രൂപിമവിജ്ഞാനത്തിൽ എൽ. വി. ആറിന്റെ സംഭാവനകൾ: ദ എവല്യൂഷൻ ഓഫ് മലയാളം മോർഫോളജി വിവർത്തനവും പഠനവും.* (അപ്രകാശിത എം. ഫിൽ. പ്രബന്ധം, കാലിക്കറ്റ് സർവ്വകലാശാലാ മലയാള-കേരള പഠനവിഭാഗം, 2013).

സിജി എൻ., *എൽ. വി. ആറിന്റെ മലയാളഭാഷാചരിത്രവീക്ഷണം* (അപ്രകാശിത പിഎച്ച്. ഡി. പ്രബന്ധം), കാലിക്കറ്റ് സർവ്വകലാശാലാ മലയാള-കേരള പഠനവിഭാഗം, 2018).

മലയാളഭാഷാവിജ്ഞാനവും എൽ. വി. രാമസ്വാമി അയ്യരും, സൗമ്യാബേബി. (കേരള സാഹിത്യ അക്കാദമി, തൃശ്ശൂർ, 2012.)

മലയാളഭാഷാവിജ്ഞാനത്തിന് എൽ. വി. രാമസ്വാമിഅയ്യരുടെ സംഭാവന വിമർശനാത്മക അപഗ്രഥനം, സൗമ്യാബേബി. (കേരള സർവ്വകലാശാല, തിരുവനന്തപുരം, 2009.)

താപസം 2,4,6,7,8 വോള്യങ്ങൾ. (താരതമ്യപഠനസംഘം, ചങ്ങനാശ്ശേരി, Reg No-M2 11257/05.)

മലയാളവിമർശം. (ലക്കം 12, ജൂലായ് 1991- ജൂൺ 1992, മലയാളവിഭാഗം കാലിക്കറ്റ് സർവ്വകലാശാല.)

മലയാളപരിണാമവാദചർച്ച, ഉണ്ണിക്കിടാവ് കെ., ഒമ്നി ബുക്സ്, കോഴിക്കോട്, 2007

സംഘകാലകൃതികളിലെ തമിഴ്സംസ്കാരം, ഉണ്ണിക്കിടാവ് കെ., കേരള സാഹിത്യ അക്കാദമി, തൃശ്ശൂർ, 2007

ഭാഷാപ്രതിഭ സി എൽ.ആന്റണി, കാർത്തികേയൻ ഷൊർണ്ണൂർ, കേരള സാഹിത്യ അക്കാദമി, തൃശ്ശൂർ, 2012

മധ്യകാലകേരളഭാഷ , കാർത്തികേയൻ ഷൊർണ്ണൂർ, കേരള ഭാഷാ ഇൻസ്റ്റിറ്റ്യൂട്ട്, തിരുവനന്തപുരം, 2012

മലയാളഭാഷ തൊൽകാപ്പിയത്തിൽ, ഗോപിനാഥൻ ആർ., കേരള ഭാഷാ ഇൻസ്റ്റിറ്റ്യൂട്ട്, തിരുവനന്തപുരം, 2013

മലയാളം ക്ലാസിക്ഭാഷ പഴക്കവും വ്യക്തിത്വവും, ഗോപാലകൃഷ്ണൻ നടുവട്ടം, കേരളഭാഷാ ഇൻസ്റ്റിറ്റ്യൂട്ട്, തിരുവനന്തപുരം, 2012

ശ്രേഷ്ഠഭാഷ മലയാളം, ഗോപാലകൃഷ്ണൻ നടുവട്ടം, ചിന്ത പബ്ളിഷേഴ്സ് തിരുവനന്തപുരം, 2014

മലയാളവും ക്ലാസിക്കൽപദവിയും, ജയകൃഷ്ണൻ എൻ., കേരള ഭാഷാ ഇൻസ്റ്റിറ്റ്യൂട്ട്, തിരുവനന്തപുരം, 2011

ചിതറിപ്പോയ സിംഹനാദവും ചില ഭാഷാവിചാരങ്ങളും, വേണുഗോപാലപ്പണിക്കർ ടി.ബി., കേരള സാഹിത്യ അക്കാദമി, തൃശ്ശൂർ, 2006

www.ingramcontent.com/pod-product-compliance
Lightning Source LLC
LaVergne TN
LVHW040759051026
849519LV00007BA/2569